# அதனினும் இனிது

ஆத்மார்த்தி

**டிஸ்கவரி புக் பேலஸ் பி.லிட்.**

கே.கே. நகர் மேற்கு, சென்னை - 600 078.
(பாண்டிச்சேரி கெஸ்ட் ஹவுஸ் அருகில்)
Ph: 044-6515 7525 Mobile: +91 87545 07070

| | |
|---|---|
| அதனினும் இனிது | athaninum inithu |
| -ஆத்மார்த்தி© | -by aathmarthi© |
| முதல் பதிப்பு : ஆகஸ்ட் 2015 | first edition - august 2015 |
| வெளியீடு: | published by: |
| டிஸ்கவரி புக் பேலஸ், | discovery book palace |
| கே.கே.நகர், சென்னை. | k.k.nagar, Chennai. |
| புத்தக அளவு : டெமி1/8 | book size : demy 1/8 |
| பக்கங்கள் : 152 | pages : 152 |
| விலை : 120.00 | price : Rs. 120.00 |

ISBN No. : 978-93-84301-31-6

நூலழகு : பாலகணேஷ் / 90030 36166

**DISCOVERY BOOK PALACE PVT.LTD.**
K.K.Nagar West, Chennai - 600 078.
(Near Pondicherry Guest House)
Mail: discoverybookpalace@gmail.com
Online: www.discoverybookpalace.com
Ph: 044-6515 7525 Mobile: +91 87545 07070 / 6060

அமுதா தமிழ்
குமரகுருபரன்
பி.ஜி.சரவணன்
_____

மூவருக்கும்

# நன்றியும் அன்பும்

வெ.இறையன்பு
பாரதி கிருஷ்ணகுமார்
இயக்குநர் வஸந்த்
இயக்குநர் ராதாமோகன்
நட்ராஜ் சுப்ரமணியன்
மாலன்
எஸ்.ராமகிருஷ்ணன்
மனுஷ்யபுத்திரன்
சுதீர்செந்தில்
ரா.கண்ணன்
தேவேந்திரபூபதி
ரோகிணி
தமிழச்சி தங்கப்பாண்டியன்
முருகேசபாண்டியன்
கோணங்கி
நீல்சன்
ராஜி ஷங்கர்
ஹேமமாலினி ரமேஷ்
அருணாச்சலம்
தீபாநாகராணி
உமாகணேஷ்
தென்றல் சிவக்குமார்
ஷாலினி விஜய்
மஞ்சுளா திராவிடமணி
மஞ்சுளா ப்ரேம்குமார்

அமர்நாத் பிச்சைமணி
மக்கள் கவிஞர் திராவிடமணி
நீயா நானா ஆண்டனி
மனோமோகன்
ட்ராக்டர் முருகன்
கடங்கநேரியான்
வேல்கண்ணன்
பேச்சிமுத்து
எம்.பி.உதயசூர்யன்
இனிகோ பயஸ்
ஜீவ கரிகாலன்
ஏ.பி திருவடி
ஹரிணி
சுமதிஶ்ரீ
சுஜாதா செல்வராஜ்
வான்மதி மணிகண்டன்
உமாஷக்தி
சசிரேகா
கவிதா ராமு
ஜெயவல்லி
டாக்டர் நல்லினி அருள்
வத்சலா
ஜாரா
பழனிக்குமார்
தொடர்வோம் கார்த்திக்

உங்கள் பார்வை ஒருடலுக்காக...

| | | |
|---|---|---|
| 1 | ஞாபகத்தீவு | 06 |
| 2 | நேரங்கொத்தி | 10 |
| 3 | சாகாவரம் | 14 |
| 4 | புகழ் எனும் பெரும்பசி மிருகம் | 18 |
| 5 | முடிவிலாத மாயப்பாதை | 22 |
| 6 | ஆயிரத்தில்.வேறொருவன் | 25 |
| 7 | அழியும் புனிதங்கள் | 29 |
| 8 | பிராணிகளின் சங்கம் | 32 |
| 9 | தோல்வியைத் தொழுபவர்கள் | 35 |
| 10 | பன்னீரில் நனைந்த மலர் | 44 |
| 11 | கனவென்பது பெரியகடவுள் | 49 |
| 12. | சூத்திரத்தின் தொடர்ச்சி | 53 |
| 13 | மாச்சரியமற்ற தெய்வங்கள் | 56 |
| 14 | கலைந்த இசைக்குறிப்புகள் | 60 |
| 15 | ஒரே ஒரு சுஜாதா | 63 |
| 16 | மனமயக்கி வில்லைகள் | 68 |
| 17 | நிழல்மறைவுப் புதையல்கள் | 72 |
| 18 | இழத்தலின் உலகம் | 76 |
| 19 | தனித்த உறைதல் கணங்கள் | 80 |
| 20 | தகர்க்க முடியாத பேச்சாளன் | 83 |
| 21 | மணி என்னும் மகாநடிகன் | 86 |
| 22 | ஒரு ராஜாவின் ரெண்டு பாட்டு | 90 |
| 23 | முடித்து வைக்கப்பட்ட வாக்கியங்கள் | 92 |
| 24 | தாற்காலிகப் பறவைகள் | 97 |
| 25 | பூச்சாண்டி நாயகன் | 101 |
| 26 | இரண்டு பிரம்மச்சாரிகளின் எதிர்காலம் | 104 |
| 27 | இளையராஜா | 107 |
| 28 | சுவர் தகர்த்து நகர் நுழைந்த சிங்கம் | 113 |
| 29 | ஒருபெயரின் கதை | 116 |
| 30 | துயரப் பொழுதின் யாழிசை | 121 |
| 31 | விரல் நாட்டியம் | 129 |
| 32 | புகைசூழ்த்தனிமை | 133 |
| 33 | நாடோடியின் ஜோல்னாப் பை | 137 |
| 34 | ஆகச்சிறந்த ஒரு வார்த்தை | 140 |
| 35 | வெற்று பொம்மைகள் | 143 |
| 36 | மாயச்சுவர் | 147 |

# 1

## ஞாபகத்தீவு

**ர**சித்தல் ஆறாம் அறிவின் முக்யாம்சம். ஆர்வமும் விஷய சேகரமும் நன்மனோநிலையும் ஓரளவுக்கு வாழ்தல் நிறைவும் பிறரிடம் இருந்து சற்றே தன்னை முன் நகர்த்திக்கொள்கிற மனித எத்தனமும் இன்ன பிறவும் ரசனை என்ற பதத்தை தீர்மானிக்கின்றன. மனித முகங்களுக்கு இணையான ஆச்சர்யங்கள் மிகுந்தது அவரவர் ரசனை. எனக்குப் பிடிக்கிறது என் ரத்த உறவுகளுக்கோ அல்லாது என் உற்ற சுற்றங்களுக்கோ பிடித்தாக வேண்டிய எந்தக் கட்டாயமும் இல்லை. ஒருவனை அவன் சார்ந்த அவனைச்சார்ந்த குழுவுக்குள்ளேயே தனிக்கச் செய்யும் அடையாள மாற்றங்களில் முதலாவது புண்ணிய காரணம் ரசனை.

இதனுள் பொதிந்த விதவித்யாச சமன்பாடுகள் வியக்க வைக்கின்றன. இருவருக்கு இடைப்பொது ரசனை "இசை" என்று வைத்துக்கொண்டால் கூட அந்த இசை என்ற பொது நுழைவுக்குள் ஒரே சாலைக்குள் பயணிக்கிற எந்த நிர்பந்தமும் இல்லை என்பதுவும் அதனுள் இருக்கிற எண்ணற்ற தேர்வுப் பட்டியல்களுக்குள் இருக்கிற கணக்கற்ற வாய்த்தல்கள் இன்னொரு ஆச்சர்யம். மொத்தத்தில் முரண்படுதல் ரசனையின் சங்கீதம் என்றே சொல்லலாம். இரண்டு பேருக்கிடையில் அப்படியே ஒத்துப்போகிற நூறு சதம் வித்யாசமில்லாத ரசனைகள் இருப்பதற்கான

சாத்தியமே இல்லை. அப்படி இருக்கிற இன்னொருவரை யாராலும் ரசிக்க முடியாது. ரசனையாண்டவர் வாழ்க

**கை**கள் இடைதனில் நெளிகையில் இடைவெளி குறைகையில் எரியும் விளக்கு சிரித்துக் கண்கள் மூடும் பனிவிழும் மலர்வனம்... உன் பார்வை ஒருவரம்... என்ற பாடல். ஸ்ரீதர் என்ற இயக்குநரின் மேதமை குறித்து எனக்குக் சந்தேகமில்லை. ஆனாலும் ஸ்ரீதரின் பெரு வெற்றிகளுக்குப் பிற் காலத்தில் வந்த அவருடைய படம் நினைவெல்லாம் நித்யா. பென்சில் மீசை கார்த்திக் மற்றும் காதல்மன்னன் ஜெமினியின் மகள் ஜீஜீ ஆகிய இருவரும் கடித்திருப்பார்கள் .("க"தான் ந கிடையாது).

கேள்வியின்பத்தை சுக்கு நூறாக உடைத்துப் போட்டிருக்கும் இந்தப் பாடலுக்கான படமாக்கல்.ஒரு காலகட்டத்தின் படமாக்கல் என்பது அடுத்த காலகட்டத்தில் கைவிடப்படுவது இயற்கை. 80களின் நடனமுறை ஒளிப்பதிவு உள் அரங்கங்கள் ஒளி அமைப்பு என இன்றைக்கும் அன்றைக்கும் எக்கச்சக்க வித்யாசங்கள் உள்ளதை நானுமறிவேன். என் ஆதங்கம் அதுவல்ல... நினைவெல்லாம் நித்யா திரைப்படத்தில் வருகிற பனிவிழும் மலர்வனம் பாடல் படமாக்கல் எனக்கு மிகுந்த எரிச்சலை ஊட்டிக்கொண்டே இருக்கிறது. என்றைக்கு அந்தப் பாடலைப் பார்த்தாலும் என் குருதி குழம்பாகிறது.

ஜீவனற்ற இரண்டு பிரேதங்களின் சொச்ச உயிரின் கடைசி நடனம் போல ஜீஜீயும் தன் மீசை எங்கே அவிழ்ந்து விழுந்துவிடுமோ என்ற கவனத்தோடு அசையாமல் ஆடாமல் நடனமாடும் கார்த்திக் இருவரும் கையையும் காலையும் நாலு நாலு முறை ஆட்டி வைத்திருப்பார்கள். கொடுமை. இளையராஜா என்னும் மந்திரவாதியும் வைரமுத்து என்னும் மாயாஜாலனும் எஸ்.பீ.பி என்னும் குரல்மயக்கனும் இணைந்து உருகி வழிந்திருக்கும் உறைபனி நதி அந்தப் பாடல். ஆனால் அதனைப் படமாக்குவதில் எள்ளளவும் ஆர்வமும் புதுச்சிந்தனையும் இன்றி படமாக்கப்பட்டிருக்கும். அதன் பின் கார்த்திக் காதல் இளவரசனானதும் ஜீஜீயின் திரையுலக வெளியேற்றமும் வெவ்வேறு தகவல்கள். இன்றைக்கு யாராவது ரீமிக்ஸ் கொடுமை ஏதும் செய்யாமல் அப்படியே இந்தப் பாடலை மீபதிவு செய்தால் அந்தப் படத்துக்கு என் செலவில் கட் அவுட் வைப்பேன்.

ஜாதி என்னும் சொல்லாடல் இடர்மிகுந்த கண்ணாடித் துண்டு. விரும்பியவர்கள் அதனைத் தோள் துண்டெனத் தூக்கித் திரிவது அறிந்ததே. அறியாதது அறிவுசார் வட்டத்தில் எழுத்தாலும் பேச்சாலும் சொல்லாலும் செயலாலும் மேதைகளாக அறிவுஜீவிகளாக அடையாளப் படுத்தப்பட்டிருக்கும் எத்தனையோ பேர் ரகசியப் பொட்டலமாக தம்மோடு தத்தமது சாதியை விடாது பிடித்துக் கொண்டிருப்பது தான். சாதிமறுப்பு என்பதனைச் சதவீதங்களில் கடைப்பிடிக்கிறவர்கள் தாம் இங்கே அதிகம். எத்தனை முடிவெடுத்து முன் நகர்ந்தாலும் கூட எங்கே எப்போதென அறியாத பொழுது "நீங்க என்ன ஆளுக..?"எனக் கேட்கப் படுகிறபோழ்து மனம் மிகுந்த வேதனையை அடைகிறது.

சாதிமறுப்பு என்பதைக் கடைப்பிடிக்க ஒரு கூட்டம் தேவையில்லை என்பதே உண்மை. எந்த உருவத்திலும் எப்படியா கிலும் ஏற்படுத்தப்படுகிற மன நடுக்கங்கள் மீது கொஞ்ச மும் கருணையின்றிக் கத்திவீசுவது மட்டுமே தேவை. மேலும் சாதி பாராட்டாமை என்பது சாதிகள் இல்லை என்று அறிதல் தானே ஒழிய சாதிகள் எதுவாயினும் பரவாயில்லை என்று கருதுவதன்று. நான் கற்றறிந்த சித்தாந்தங்களின் வாயிலாக எனக்கும் பிறருக்கும் சொல்லிக் கொள்வது ஒன்று தான். "சாதி இல்லை". சாதி இருக்கிறது என்று நம்புகிறவர்களைப் பார்த்துக் குறைந்த பட்சம் ஒரு முறை புன்னகைப்பது கூட எனக்கியலாத செயல். சாதி மறுத்து தத்தமது சாதிகளைக் கைவிட்டுவிட்டு நானும் என் இணைவியும் திருமணம் செய்து 12ஆம் ஆண்டை நெருங்கிக் கொண்டிருக்கிற இல்வாழ்க்கையில் சாதிக்க இடம் நிறைய்ய இருக்கிறது. சாதிக்கு இல்லை.

**இன்றைய இலக்கணம்:**

/// ஒரு கவிஞனின் பணி பெயரற்றவைகளுக்குப் பெயரிடுதலும், போலிகளைச் சுட்டிக்காட்டுவதும் விவாதங்களைத் துவக்குவதும் உலகத்தை செம்மைப் படுத்துவதும் அதன் உறக்கத்தை நிறுத்திவிடுதலும் ஆகும்.//// **-சல்மான் ருஷ்டீ**

**இன்றைய வார்த்தை:**

பால்மாறுதல் என்றால் பால்குடி மறத்தல் பின்வாங்குதல் என்ற பொருள் வருகிறது. நவசென்னைத் தமிழில் பால்மாறிட்டான்மே என்ற பதம் இஃதே.

**இன்றைய கவிதை:**

## வேலை/கூலி

அவன்
கணக்கெழுதி
இவன்
கவிதையெழுதி
கூட இருப்பவன்
செய்தியெழுதி
செத்துப்
போவார்கள் போல
கூலியோ
மிகக் குறைவு
வேலையோ
வெகு அதிகம்

விக்ரமாதித்யன்<br>வியாழக்கிழமையை தொலைத்தவன்

2

# நேரங்கொத்தி

முகப்புத்தகம் என்ன மாதிரியான வஸ்து? இதன் ஆழ அகலம் ஏதும் புரியாமல் நமக்கென ஒரு கணக்கை ஆரம்பிக்கிறோம். மெல்ல அதன் சாதகங்களுக்குள் சிக்குகிறோம். திடீரென்று திறந்துவிடப்பட்ட புத்துலகம் முகப்புத்தகம். பலரையும் தேடி நட்புக்கொண்டு நமக்கு வரும் நட்புக் கோரிக்கை கண்டு மகிழ்ந்து எல்லாம் ஒரு ஆறுமாதங்களுக்கு புதுக் கல்யாணம் செய்து கொண்ட இளஞ்சோடிகளைப் போல நாமும் நம் முகப்புத்தகக் கணக்குமாய் இன்பத்தில் ஆழ்கிறோம். ஒரு யூ டர்ன் வரும் போது தான் முதல் முறை விழிப்புக் கொண்டு யோசிக்கையில் நெடுந்தூரம் சென்றுவிட்ட பயணம் என்பது உறைக்கிறது. காரணமறியக் கடினமான மன அழுத்தம் எரிச்சல் இன்னபிற வெல்லாம் உண்டாகின்றன. அதற்கு முன் காலத்தின் நடவடிக்கைகள் அனைத்தையும் கைவிட்டுவிட்டு அல்லது சுருக்கிக் கொண்டு தான் இங்கே முகப்புத்தகத்தில் இருக்கிறோம் என்பது புரிபடுகையில் குரலற்ற கேவல் போல் சுய இரக்கம் கொல்கிறது..

நேரங்கொத்திகளில் தலையாயது முகப் புத்தகம். இதற்கு முன்வரை இணையத்தில் தனித்தனியாக இருந்த தகவலறிதல் பரிமாற்றம் பயன்பாடுகள் மூன்றும் ஒருங்கிணைந்து ஒற்றை ஆக்டோபசின் பல மழுமழு கரங்களாய்

மனிதர்களைப் பீடித்து வைக்கின்றன. அதில் இருந்து தப்புவோர் வெகு சிலரே.. இன்னுஞ்சிலர் எப்படி முகப்புத்தகத்தில் இருந்து விடுபடுவது என்று நிசமாகவே தெரியாமல் 'திகார் ராசா' போல் விழிப்பதும் அவ்வப்பொழுது டீ ஆக்டிவேட் செய்வதும் ஆக்டிவேட் செய்வதுமாய் விளையாடுவதும் நடக்கிறது.இதில் அறிக்கை விட்டு முகப்புத்தகத்தை நீங்கிச்சென்ற சிலபலர் மீண்டும் வந்து கடையைத் திறப்பதும் நடக்கிறது.முகப்பித்தகம் என்றும் ஃபேஸ்புக்கின் அடிமைகள் என்றும் நான் கூட அடிக்கடி என் கோபத்தை நிலைத்தகவல்கள் ஆக்கியிருக்கிறேன். ஒரேவழி தான். முதல் சிகரட்டைப் பிடிக்காமலே இருப்பது தான் சிகரட்டை விடுவதற்கான வழி என்று என் முப்பத்தைந்தாவது குருநாதர் முனீஷ் ஜேக்சன் சொன்னது இதற்கும் பொருந்தும். முகப்புத்தகத்தினுள் நுழையாமல் இருப்பதே அதை விட்டு நீங்குவதற்கான ஒரே வழி

**வா**ழ்க்கை என்றொரு படம். ஏவிஎம் எடுத்ததல்ல. அதற்குப் பின் கலர்காலத்தில் ராஜசேகர் இயக்கத்தில் சிவாஜியும் அம்பிகாவும் நடித்தது. ராஜ் சீதாராம் என்ற அதி அற்புதமான குரலுக்கு சொந்தக்காரர். தெலுங்கைத் தாய் மொழியாகக் கொண்டவர் என்றாலும் அதிசுத்தமாக தமிழை உச்சரிப்பது ராஜின் சிறப்பு. (குலுவாலிலே என்று சங்கே முழங்கும் உதித் நாராயணனை உதைத்தனுப்பலாம் இவரிடம்).அவர் பாடிய "மெல்ல மெல்ல என்னைத் தொட்டு மன்மதன் தன் வேலையை.." என்ற பாடல் இளையராஜாவின் சாகாவரப் பாடல்களில் ஒன்று. அதற்கு படத்தில் ரவீந்தரும் சில்க் ஸ்மிதாவும் ஜிகினா ஆடைகள் அணிந்து செஸ் கட்டங்கள் போன்ற வடிவலங்காரம் கொண்ட ஒளிரும் தரையில் குமுக்கன்னிகையருடனும் கண்ணாளர்களுடனும் ஆடியிருக்கும் ஆட்டம் அந்தப் படம் வெளியான காலகட்டத்தோடு கரைந்து கலந்து காணாமற்போயிற்று.

அந்தப் பாடல் மட்டும் இன்றைக்கு வரை மாறி மாறி வாழ்ந்து கொண்டிருப்பது முரண்சுவை. பல்லவி அனு பல்லவி (தமிழிலும் தெலுங்கிலும் வெவ்வேறு பெயர்களில் வரவும் செய்தது.) யுவன் ஷங்கர் ராஜாவால் சர்வம் படத்திலும் பயன்படுத்தப்பட்டது. ராஜ் சீதாராம் மறக்க முடியாத தனித்துவக் குரலுக்கு அதிபதி. தமிழ்ப் பாடகர்களில் அபூர்வமான மென் குரலாளர்களில் ஒருவர் தீபன் சக்கரவர்த்தி. தீபனின் பல

பாடல்கள் மனம் வருடுபவை. அவற்றில் முதன்மையானது என இதனைச் சொல்வேன். வா இந்தப் பக்கம் என்றொரு படம். மௌலி இயக்கிய இப்படத்தில் ப்ரதாப் போத்தன் நாயகனாக நடித்திருப்பார். இசை அமைத்தவர் ஷ்யாம். ஆனந்த தாகம். இவள் கூந்தல் பூக்கள் தீர்க்குமோ மௌனம் தோற்குமோ... அடிக்கடி மலர்க்கொடி நேரம் பார்க்குமோ என்னும் பாடலில் தீபனின் ராஜவிளையாட்டை உணரலாம்.

சில விஷயங்கள் ஏன் எதற்கென்று தெரியாமலே மனசில் ஆழமாய்ப் பதிந்துவிடுவதும், அதன் பிறகு அதனிஷ்டத்துக்கு ஞாபகம் வந்து கழுத் தறுப்பதும் என்ன நியாயம் என்று தெரியவில்லை. வடைமாலை என்றொரு படம். தூரத்து இடிமுழக்கம் என்றொரு படம், (அதில் வருகிற அருணா மரணக் காட்சி) சிறுவயதில் மனசில் ஆழமாய்ப் பதிந்தவை. அப்போதெல்லாம் இந்தப் படங்களில் ஏதேனும் ஒன்று நினைவுக்கு வந்தால் வீட்டுக்கு வெளியே உச்சா போகக் கூட யாரையாவது துணைக்கு அழைப்பேன். யாராவது வந்தே ஆகவேண்டும்.

இன்றைக்கும் அந்த படங்களின் டீவீடீக்கள் எனது வீடியோ லைப்ரரியில் இருக்கின்றன. குவிண்டைன் டாரண்டினோ படங்கள் மிரர் மாதிரியான படங்கள் வேம்பயர் முதற்கொண்டு கொடூரங்களை எல்லாம் பார்க்க முடிகிறது. வடைமாலை இத்யாதிகளை ஏன் பார்ப்பதில்லை என்று யோசிக்கையில் ஒன்று புரிகிறது. எனக்குள் இருக்கும் சிறுவனுக்கு அந்தப் படங்களைப் பிடிக்காது என்றதால் எச்சரிக்கையாய் அவற்றைத் தவிர்க்கிறேனோ என்னவோ..?

ஏன் அமிர்தவர்ஷினி ராகத்தில் திரைப்படப் பாடல்கள் மிகமிக குறைவாகவே இருக்கின்றன..? எனக்குத் தெரிந்த பாக வதர் நாட் ரீச்சபிளில் இருக்கிறார். இதற்கான பதில் கர்நாடக இசைப்ரியர்களுக்குத் தெரிந்திருக்கக் கூடும்.

கீழ்க்கண்ட பாடல்கள் தமிழில் அமிர்தவர்ஷினி ராகத்தில் அமைந்தவை.

1. காத்திருந்த மல்லி மல்லி பூத்திருக்கு சொல்லி சொல்லி (மல்லு வேட்டி மைனர்)

2. ஆடல் கலையே தேவன் தந்தது (ராகவேந்திரர்)

3. தூங்காத விழிகள் ரெண்டு (அக்னி நட்சத்திரம்)

4. இப்போதென்ன தேவை (மக்கள் ஆட்சி)

நாலும் இளையராஜா இசை அமைத்தவை. (தயவு செய்து அக்னி நட்சத்திரம் படத்தின் தெலுங்கு மலையாள டப்பிங் பாடல்களை குறிப்பிட வேண்டாம்)

என் கேள்வி, மற்ற இசையமைப்பாளர்கள் ஏன் அமிர்தவர் ஷினியைக் கண்டு தலை தெறிக்க ஓடியிருக்கிறார்கள்.? அப்படி தெறிக்காத பிறரின் பாடல்கள் ஏதேனும் இருந்தால் சாலச்சுகம்.

கவிதையை விரும்புகிறவர்களுக்கு illusion and Reality என்றவொரு புத்தகம். 1937இல் C.Caudwell எழுதியது. மேக்மில்லன் வெளியீடு..1991 வரை பதிப்பிக்கப்பட்ட பதிப்பு கிடைத்தால் ரூம் போட்டாவது படித்து விடுங்கள். கவிதை குறித்த நிறைவானதொரு புத்தகம். படித்துவிட்டால் தேர்த்தம் சாப்பிட்டு விட்டு சில ஆங்கில சொற்களை உரத்த குரலில் மாறி மாறி கத்தியபடியே சண்டையிடும் சிங்கங்களின் இலக்கிய உரசல்களை எல்லாம் பொருட்படுத்தவே மாட்டீர்கள்.. அதெல்லாம் தமாஷாகிவிடும்.

## இன்றைய கவிதை

நம் சந்திப்பு சாத்தியமற்றதெனில்
என் ஒருவனால் மட்டுமே இந்த உலகம்
களங்கப்பட்டிருக்கிறது என்றாகும்.

அமுதபருவம்
வலம்புரியாய் அணைந்ததொரு சங்கு
யூமாவாசுகி தமிழினி பதிப்பக வெளியீடு.

# 3

# சாகாவரம்

மிமிமிக்ரி என்ற கலை ஸ்வாரசியமானது. உலகின் சகல நிலங்களிலும் மொழி மாச்சர் யங்கள் ஏதுமின்றிப் பரவலாக பரிமளிக்கப்படுகிற கலைகளில் ஒன்று மிமிக்ரி. குரல் என்பது தனித் தொழிற்சாலை. தொண்டையைக் கடந்து உதடு தாண்டி வெளியே பிறக்கும் ஒவ்வொரு சொல்லும் வார்த்தைக் குழந்தைகள். சிலது நன்றாக வாழ்கிறவை. சிலது உடனே மரிக்கின் றவை.கழுத்துப் பிடியில் மாட்டினாலும் எழுத்துப் பிடியில் மாட்டாதே என்பது ஃப்ரூட்மொழி. எழுத்துப் பிடி என்றைக்காவது கழுத்துப்பிடியில் கொணர்ந்து நிறுத்தும்என்பது வேறு. நீ தானே சொன்னாய்... பிறகு மறுக்கின்றாயே... என்று காலம் காலமாக சொன்ன சொல் காத்தல் சொல்மாறுதலான சோமாறித் தனம்,வாக்குத் தவறாமை என சொற்களை சுற்றிச்சுற்றியே பின்னப் பட்டிருக்கும் உலகம் நம்முடையது. சொற்களின் இசை மிமிக்ரி என்பேன்.

ஒருவருடைய குரலை இன்னொருவர் பெயர்ப்பதில் எத்தனையோ சின்னஞ்சிறு நுட்ப நுணுக்கங்கள் உள்ளன. அவ்வளவு எளிதான காரியம் அல்ல. குரலைப் போலி செய்தல் என்பது வேறு. பலகுரல் என்றதன் வசீகரம் எது நிஜக்குரல் என்றறியாத மாய மௌனத்தினுள் கேட்பவனைக் கிளர்த்தி வசப்படுத்தி விடுதலே. ஒரு பத்து நிமிட வேலையாய் தெரிகிற பல

நாலும் இளையராஜா இசை அமைத்தவை. (தயவு செய்து அக்னி நட்சத்திரம் படத்தின் தெலுங்கு மலையாள டப்பிங் பாடல்களை குறிப்பிட வேண்டாம்)

என் கேள்வி, மற்ற இசையமைப்பாளர்கள் ஏன் அமிர்தவர் ஷினியைக் கண்டு தலை தெறிக்க ஓடியிருக்கிறார்கள்.?அப்படி தெறிக்காத பிறரின் பாடல்கள் ஏதேனும் இருந்தால் சாலச்சுகம்.

கவிதையை விரும்புகிறவர்களுக்கு **illusion and Reality** என்றவொரு புத்தகம். 1937இல் **C.Caudwell** எழுதியது. மேக்மில்லன் வெளியீடு..1991 வரை பதிப்பிக்கப்பட்ட பதிப்பு கிடைத்தால் ரூம் போட்டாவது படித்து விடுங்கள். கவிதை குறித்த நிறைவானதொரு புத்தகம். படித்துவிட்டால் தேர்த்தம் சாப்பிட்டு விட்டு சில ஆங்கில சொற்களை உரத்த குரலில் மாறி மாறி கத்தியபடியே சண்டையிடும் சிங்கங்களின் இலக்கிய உரசல்களை எல்லாம் பொருட்படுத்தவே மாட்டீர்கள்.. அதெல்லாம் தமாஷாகிவிடும்.

## இன்றைய கவிதை

நம் சந்திப்பு சாத்தியமற்றதெனில்
என் ஒருவனால் மட்டுமே இந்த உலகம்
களங்கப்பட்டிருக்கிறது என்றாகும்.

அமுதபருவம்
வலம்புரியாய் அணைந்ததொரு சங்கு
யூமாவாசுகி தமிழினி பதிப்பக வெளியீடு.

# 3

## சாகாவரம்

*மி*மிக்ரி என்ற கலை ஸ்வாரசியமானது. உலகின் சகல நிலங்களிலும் மொழி மாச்சர்யங்கள் ஏதுமின்றிப் பரவலாக பரிமளிக்கப்படுகிற கலைகளில் ஒன்று மிமிக்ரி. குரல் என்பது தனித் தொழிற்சாலை. தொண்டையைக் கடந்து உதடு தாண்டி வெளியே பிறக்கும் ஒவ்வொரு சொல்லும் வார்த்தைக் குழந்தைகள். சிலது நன்றாக வாழ்கிறவை. சிலது உடனே மரிக்கின்றவை. கழுத்துப் பிடியில் மாட்டினாலும் எழுத்துப் பிடியில் மாட்டாதே என்பது ஃப்ரூட்மொழி. எழுத்துப் பிடி என்றைக்காவது கழுத்துப்பிடியில் கொணர்ந்து நிறுத்தும்என்பது வேறு. நீ தானே சொன்னாய்... பிறகு மறுக்கின்றாயே... என்று காலம் காலமாக சொன்ன சொல் காத்தல் சொல்மாறுதலான சோமாறித் தனம், வாக்குத் தவறாமை என சொற்களை சுற்றிச்சுற்றியே பின்னப் பட்டிருக்கும் உலகம் நம்முடையது. சொற்களின் இசை மிமிக்ரி என்பேன்.

ஒருவருடைய குரலை இன்னொருவர் பெயர்ப்பதில் எத்தனையோ சின்னஞ்சிறு நுட்ப நுணுக்கங்கள் உள்ளன. அவ்வளவு எளிதான காரியம் அல்ல. குரலைப் போலி செய்தல் என்பது வேறு. பலகுரல் என்றதன் வசீகரம் எது நிஜக்குரல் என்றறியாத மாய மௌனத்தினுள் கேட்பவனைக் கிளர்த்தி வசப்படுத்தி விடுதலே. ஒரு பத்து நிமிட வேலையாய் தெரிகிற பல

குரலின் பின்னே பல நாள் உழைப்பும் பெரும் ஓட்டமும் இருப்பதை உணரலாம். முதல் அங்கீகாரம் முதல் பாராட்டு என்பது எல்லோருக்குமே முக்கியமானது.முதல் அங்கீகாரமும் பாராட்டுதலும் அள்ளி வழங்கப் பட்டதாலேயே கிளம்பிப் பெரும் ஓட்டம் ஓடி முன்னேறி பரிணமித்தவர் அனேகம். அதை சரியாக செய்யாததாலும் இதெல்லாம் உனக்குத் தேவையா வேற வேலையைப் பார் போன்ற வக்ரக்குரல்களால் திறமையின் வேர்கள் மூச்சுத்திணறி நசுக்கப்படுகின்றன. முக்கியமானது நாம் புழங்குகின்ற நம்மைப் புழங்குகின்ற மனிதக் கூட்டம். தோள்களில் ஏற்றி உயர்த்துகிற கூட்டம் வாய்த்தால் உயரம் தொடலாம். இல்லையேல் இளவட்டக் கல்லாக முடிந்துபோகும் திறன்கள்.

குரலைப் போலி செய்தல் என்பது ஒரு பிரபலத்தின் அங்கீகரிக்கப்பட்ட குரலை அப்படியே இன்னொருவர் கொண்டு வந்து தருவது.மிக முக்கியமானது தொனி. கருணாநிதியின் குரல் கட்டையாக இருக்கும். அவரது வார்த்தை உச்சரிப்பு அழகாக வெட்டப்பட்டு வெட்டப்பட்டு வரும். ஒரு சொல்லைக் கூட பிழையாக உச்சரிக்காமல் பல வருட பேச்சு வாழ்க்கையைத் தாண்டிக் கொண்டிருக்கிறார். அவரது குரலை அனேகர் போலி செய்யமுடியும் என தோன்றினாலும் நடிகர் சத்யராஜ் தொழில் முறையில் மிமிக்ரி கலைஞர் இல்லை என்றாலும் கூட அவருக்கு அந்தத்திறமை உண்டு. அற்புதமாக கருணாநிதியின் குரலை பெயர்ப்பவர் அவர். ஒரு குரலை பெயர்க்கிறதில் ஒருவருடைய குரல் அவருடைய தொனி, பயன்படுத்துகிற பயன்படுத்தாத வார்த்தைகள்,அவரது கல்வித் தகுதி, மேனரிசம் என நிறைய்ய விஷயங்கள் உள்வாங்கப்பட வேண்டும்.

தாமு, மயில்சாமி, சின்னி ஜயந்த்,மூவரும் தத்தமது மிமிக்ரி திறமையின் மேலேறி சினிமாவுக்கு வந்தவர்கள்.யோசித்துப் பார்த்தால் சின்னி ஜயந்த் அளவுக்கு மயிலும் தாமுவும் பெரிய அளவுக்கு பெயரவில்லை. இருந்தாலும் எந்தவிதத்திலும் திறமையில் குறைந்தவர்கள் அல்ல. சின்னி ஜயந்தின் காமெடி சென்ஸ் அதிகம். அதைவிட பாத்திரங்கள் அமைந்தால் மனிதர் பின்னியெடுக்கும் குணச்சித்ரர். உதாரணம் பச்சப் புள்ள மற்றும் கிழக்குவாசல். கிழக்குவாசலில் சில இடங்களில் கண்ணீர் வரவழைப்பார். சிரிக்க வைப்பதிலும் அவர் சமர்த்தர். எண்ணற்ற படங்களில் குறிப்பிடத் தக்கவை ரஜினியோடு அவர் லூட்டி அடிக்கிற ராஜா சின்ன ரோஜா. அடுத்து நடிகன்

படத்தில் அவர் இன்ஸ்பெக்டராக கிளப்புவார். இன்னொருபடம் மை டியர் மார்த்தாண்டன். சின்னி ஜயந்த் அதன் பிறகு டிவி ஷோக்களிலும் பரவலாக மின்னியவர். டும்டும்டும் படத்தில் சின்னி ஜெயந்த் 3 சீன் என்றாலும் சீட் நுனிக்கு வரவழைத் திருப்பார் பார்க்கிறவர்களை...

டிவி ஷோக்கள் வந்து இயந்திரங்களைக் கொண்டு கைவினைப் பொருட்களை உற்பத்தி செய்கிறாற் போல ஒரு குறிப்பிட்ட காலகட்டத்துக்கு எதைத் திருகினாலும் மிமிக்ரி ஷோக்களை அள்ளி வழங்கின. கண்டாலே எரிச்சல் வரும் அளவுக்கு ஆக்கி தற்போதைக்கு எதிலும் கலக்க அசத்த பின்ன மின்ன வெல்ல போவது யாருக்கள் எதுவும் இல்லாதது ஆறுதல். கொஞ்ச நாள் கழித்து மெல்ல ஒரு சேனல் ஆரம்பிக்கும். பிறகு எல்லாம் களத்தில் குதிக்கும். கரப்பான் பூச்சிக்கும் இவ்வகை ஷோக்களுக்கும் சாவே கிடையாது.

ஒரு நடிகராக ஷண்முக சுந்தரம் மிகப் பிரபலம். சிவாஜி போலவே அவர் நடித்தது அவர் அறிந்து செய்ததல்ல.அவரது ரத்தவகையே சிவாஜி என்றிருந்திருக்கக் கூடும். அதனால் அவர் அடைந்ததும் இழந்ததும் வேறு கதை. சொல்லவந்தது வேறு. ஒரு நடிகையாக காந்திமதி 40 வருடகாலம் பல தலைமுறைகளைக் கண்ணால் கண்டு கடைசியில் தொலைக் காட்சியையும் ஒரு கலக்கு கலக்கி சமீபத்தில் காலத்தில் கரைந்த நடிகை.

குரலால் வாழ்ந்த காந்திமதி என்ற நடிகையும் எத்தனையோ படங்களில் பின்னியவர். என்றாலும் இந்த இருவரும் இணைந்து நடித்த கரகாட்டக்காரன் படத்தில் வருகிற உன்னதமான செண்டிமெண்ட் காட்சியும் அதன் வசனங்களும் எங்கனம் உலகின் பல மேடைகளில் பலபேர்களால் நகைச்சுவையாக மாற்றப்பட்டன என்பது யோசிக்க வேண்டியது. மிமிக்ரி என்ற விஷயத்தில் பெரும்பாலும் வெற்றி பெற்ற நடிகர்களின் நகைச்சுவை சாராத சீரியசான விஷயங்களே குரல்தத்து எடுக்கப் படுவதன் பின்னால் இருக்கிற உளவியல் என்ன? அப்படியே பரிமளித்தால் வருகிற கைத்தட்டல் சற்று பிசகினால் அதை நகைச்சுவையாக எடுத்துக் கொண்டு அதற்கும் கிடைக்கும் என்பதே. இந்த வகையில் காந்திமதியும் ரகுவரனும் சுருளி ராஜனும் இன்றைக்கும் குரலால் வாழ்கின்றார்கள். காற்றில் மிதக்கின்றார்கள்.

## இன்றைய கவிதை

வெளி நதியில்
சிறகின் துடுப்பிசைத்து
எதிர்வரும் வண்டை
நான்
கண்டுகொண்டிருப்பது
எந்தப் பூவின்
கனவோ.

ஜே.பிரான்சிஸ் கிருபா
மெசியாவின் காயங்கள். நவ.2002
தமிழினி வெளியீடு.

# 4

# புகழ் எனும் பெரும்பசி மிருகம்

**வீ**ட்டில் குவிந்துகிடக்கிற புத்தகங்களுக்கு மத்தியில் கடந்த எட்டு நாட்களாக தவியாய்த் தவித்திருந்தேன். ஒரே ஒரு புத்தகத்தினைத் தேடுவதற்காக மொத்த ராஜ்ஜியத்தையும் கொட்டிக் கவிழ்த்து அதனுள் தொலைந்து வினோத மிருகமாக மாறியிருந்தேன். நல்ல வேளையாக சைத்தானின் அனுக்ரஹத்தில் தேடு பொருள் கிடைத்துவிட்டது. மீண்டும் எனது அறையை எனது அறைக்குள் வைத்துப் பூட்டிய பிறகு தான் எழுதக் கூடிய மன நிலைக்கு வரவே முடிந்தது.. அப்படித் தேடிக் கண்டடைந்த புத்தகம் காஞ்சனா அய்லய்யா எழுதிய "நான் ஏன் இந்து அல்ல?"

தன்னைக் கவனிக்க வைப்பதில் பெருவெற்றி பெற்ற சாரு நிவேதிதா, ஒவ்வொருவருக்கு ஒவ்வொரு மாதிரியான உணர்தல்களை ஏற்படுத்தி இருக்கிற எழுத்தாளர். அவருடைய ஆரம்பப் படைப்புக்களான ஸீரோ டிகிரியும் எக்ஸ்டென்ஷியலிசமும் ஃபேன்ஸி பனியனும் மற்றும் நேநோ ஆகியவற்றைப் படித்தபோது சற்று எதிர்ப்பு மனோ நிலைகளுக்குள் நான் உழன்றது நிசம். அதற்குப் பிறகு ஆரண்யம் இதழில் மதுமிதாவின் பாம்புக்கதைகள் அவர் எழுதிய போது தனக்கென ஒரு பாதையை அவர் வகுத்துக் கொண்டதாக உணர்ந்தேன். அதன் பின் வந்த அவரது எந்த புனைவையும்

(ராசலீலா,காமரூபக் கதைகள், எக்ஸில்) படிக்கவில்லை.கடந்த புத்தகத் திருவிழாவில் திடீரென்று சாருவின் 10 புத்தகங்களை வாங்கினேன். அதன் பின்னரும் ஏதோ ஒரு துவக்கத்தயக்கம் இருந்துகொண்டே இருந்தது.

தேகம் என்றொரு கைக்கடக்கமான நாவலைப் படிக்க நேர்ந்தது யதேச்சையான நிகழ்வு. அதிர்ச்சி என்பதை திட்டமிட்டே தருகையில் அது வழக்கங்களை உடைக்கிறது. காமம், உடல், அருவெறுப்பு, வக்ரம், சித்ரவதை இந்த சொற்க ளெல்லாம் நமக்குத் தெரியும். மொழி அறிதலில் விரும்பியோ விரும்பாமலோ சொற்கள் தத்தமது அர்த்தங்களுடன் நமக்குள் புகுந்து கொள்கின்றன. அவரவர் சுக அசுக வாழ்தல் கைவரத்துக்கு ஏற்றால் போல் தான் அவரவர் விருப்புக் களும் வெறுப்புக்களும் அமைகின்றன. இதில் பொதுச் சொல்லாடல்கள் பலவற்றை நம்மால் விவர விலாசமாக அணுகுவதில் ஏற்றத் தாழ்வான விருப்பமின்மைகளும் அசூசைகளும் வந்துவிடுகின்றன. மேலோட்டமாகப் பார்த்தால் சாருவின் தேகம் என்ற நாவலைக் குப்பை என்று ஒதுக்கி விடுவதில் எந்த சிரமமும் இல்லை. குப்பை, வக்ரம் என்ற மதிப்பீடுகளை சொல்லி விட்டு நான் ரொம்ப ஒழுங்கு என்று ஒதுங்கி செல்வதில் ஒரு பிரச்சினையும் இல்லை. அந்த நாவலின் இடையில் வருகிற ஒரு வரி அது வரைக்குமான மொத்த கண்டறிதலையும் மதிப்பீட்டையும் தகர்த்தெறிகிறது. மூடிவைத்து விட்டு யோசித்துக் கொண்டிருக்கிறேன்.

**மெ**ல்லினப் பாடல்கள் இன்னமும் இருக்கின்றன. பூவாடைக் காற்று என்று துவங்கும் கோபுரங்கள் சாய்வதில்லை படப் பாடல் ஒரு உதாரணம். சொல்லாமற் போன இன்னுமொரு பாடல் விக்ரம் படத்தில் வரும் மீண்டும் மீண்டும் வா.

என் தாழ்மையான அபிப்ராயம் அந்தப் பாடலை எஸ்.ஜானகி அளவுக்கதிகமான தன் மாயக் காமக் குரலால் மொழுகிவிட்டார் என்பது தான். அவரைத் தவிர வேறு யாரால் பாடியிருக்க முடியும் என்று இளையராஜாவிடம் தான் கேட்க முடியும். இன்றைக்கும் கேட்டால் காது மடல்கள் ஜிவ் வென்று ஆகி குதிரைக்குட்டி ரிங்க் டோன் கேட்கும்.

**சோ**னி டீவீயில் எத்தனையாவது முறையாகவோ ஸ்லம்டாக் மிலியனர் போட்டதும் அதன் கடைசி சீனை மட்டும்

பார்க்க நேர்ந்ததும் யதேச்சையானது. ஒரு வெற்றிப்படம் எந்த மொழியினது என்பதைத் தாண்டி எல்லா நிலங்களுக்கும் புரிவதும் மொழிகளைக் கடந்து உணர்வுகளுக்கும் ஊடுருவி நிற்பதுவும் சங்கராபரணம் மரோசரித்ரா ஹம் ஆப்கே ஹெயின் கௌன் தில்வாலே துல்ஹனியா லேஜாயேங்கே ஏக் துஜே கே லியே போன்ற இந்தியத் திரைப் படங்கள் துவங்கி காந்தி ஓமர் முக்தார் க்ளாடியேட்டர் அப்போகலிப்டோ முதலான இண்டர்நேஷனல் கில்லிகள் வரைக்கும் கலைப் படம், வணிகப்படம், என்ற பதங்களை எல்லாமும் தாண்டி நல்ல படம் என்ற ஒரே இனம் தான் அவை வாழ்க சினிமா.

**கே**ள்வி பதில் பகுதி முதன் முதலில் எப்போது பத்திரிக்கைகளில் ஆரம்பிக்கப்பட்டது என்று புள்ளி விபரர்கள் சொன்னால் தேவலாம். வாசகர்களை ஒரு பத்திரிக்கைக்குள் அனுமதிக்கிற சுவையான இடம் கேள்வி பதில். ஒரு கேள்வியை அனுப்பி வைத்துவிட்டு திடீரென அந்தக் கேள்வி ஒரு பதிலுடன் பிரசுரமாவது இருக்கிறதே அது மாபெரும் இலக்கிய சுகம். இன்றைக்கு நேற்றைக்கல்ல... FILMINDA என்ற பத்திரிக்கையில் 1947இல் சிறந்த ஒரு கேள்விக்கான பரிசுத்தொகை எவ்வளவு தெரியுமா? 1000 ரூபாய். அன்றைய ஆயிரத்துக்கு என்ன மதிப்பு என்று மாமாத் தாத்தாக்கள் யாரிடமேனும் விசாரித்துப் பாருங்கள். மயக்கம் வரும்.

ஒரு மாதநாவலில் தொடர்ந்து குறுக்கெழுத்துப் போட்டிகளும் புதிர்களும் வந்து கொண்டே இருந்தன. ஞாயிறு பேப்பருடன் விலையில்லாமல் கிடைக்கும் சப்ளிமெண்டரி புத்தகத்தைக் கையில் வைத்துக்கொண்டு ஒழுங்காகப் பல் தேய்க்காமல் ஞாயிற்றுக்கிழமை மதியானம் வரை குறுக்கெழுதிக் கொண்டிருந்தவர்கள் அனேகர். யோசித்துப் பார்த்தால் இவற்றின் நீட்சி தான் கோன் பனேகா கோடீஸ்வர தொலைக்காட்சி நிகழ்ச்சிகள் என்று தோன்றுகிறது.

இவற்றுக்கெல்லாம் அடிப்படை என்னவெனப் பார்த்தால் வெறும் பணமா..? அறிவுப்பசியா..? அல்லால் புகழா என்று கேட்டால் இது மூன்றும் கலந்த அல்வாவும் அற்ற ஜாங்கிரியுமற்ற ஏதோ ஒரு புதுவகை பட்சணம் என்பது புரியும். ஒருவர் தன் இடப்புற வலப்புற வீட்டாரை விட வித்யாசப் பட்டு நிற்க விரும்புவதும், மேலதிகமாக எதையாவது பெறுவதன் மூலமாக தன் அதிருஷ்டத்தையும் தனக்கு மட்டும் ஸ்பெஷல்

படியளக்கும் பகவானுடைய தன் மீதான கரிசனத்தையும் பறைசாற்றும் விருப்பமே எத்தை தின்றால் பித்தம் தெளியும் என்ற வகையில் அதிருஷ்ட போட்டிகளிலும் டீவீ ஷோக்களிலும் கலந்துகொள்ளச்செய்யும் மேல்மத்யம வகையறாக்களின் ஆவலாதிக்கான விளக்கம். ஒரு கட்டத்தில் வெறுத்துப் போகையில் தனக்கு அதிருஷ்டமில்லை என்பதை ஒத்துக் கொள்ள விரும்பாத அதே மாமி/மாமா சொல்வது வேடிக்கை.. "எல்லாம் ஃப்ராடு சார்.... ஒருத்தனும் ஒழுங்கில்லை" என்று கலாய்த்துகொள்வது.

புகழ் என்பதொரு பெரும்பசி மிருகம். அதன் முன் பசி வேறு. சாகுபடி செய்ய விழையும் எவரையும் அது பொருட்படுத்துவதே இல்லை. அதற்கான பேருழைப்பை நல்குகிற எவரையும் அது விட்டுத்தருவதே இல்லை என்கிற ப்ராசெஸ் புரியாதவர்கள் பிளாக்கில் வாங்க முனையும் புகழ் டிக்கெட் நுழைவு வாயிலில் மறுக்கப்படுகையில் 'குய்யோ'வென்கிறார்கள், காலாவதி ஆனது டிக்கெட் மட்டுமல்ல தானும் தான் என்பதை உணர மறுத்தபடி.

### இன்றைய கவிதை

தெய்வங்கள்
பால் சுரக்கும் வரை
காமதேனுதான்
பொங்கல்தான் பூஜைதான்
இல்லையெனிலோ
அடிமாடுதான்.

அப்படியே நிற்கட்டும் அந்த மரம்
அஜிதா பதிப்பகம்
ராஜமார்த்தாண்டன்.

# 5

# முடிவில்லாத மாயப்பாதை

**பீ**த்தோவனின் மூன் லைட் சொனாட்டா ஒரு அற்புதம். வாத்ய இசை என்பதனை ஒரு PROCESS ஆகவே கருதுகிறேன். இசை என்பது வெறும் கேட்கும் இன்பம் அல்ல. அதன் இருள்தன்மை முடிவிலாத மாயப் பாதையில் மழையில் வழுக்கிச் சிலிர்க்கும் வாகனப் பயணம் மாதிரி அலாதியானது. அதிலும் பீத்தோவன் தன் கேட்புத் தன்மையை இழந்த பின்னர் எழுதிய இசைக்குறிப்புக்கள். இசைத்துறை என்று மட்டும் இல்லை. மேதமை என்பது தன்வயத்தில் துளியும் திட்டமிடாத தற்செயல் நிகழ்வாக எழுவதை உணரலாம். எத்தனையோ சமமற்ற சமங்களான உதிர் இலைகளுக்கு மத்தியில் ஒற்றை இலையாய் உயிர் தேக்கி ஜீவிக்கும் சாகாவரங்கள் என்றைக்குமே அற்புதங்கள் தான்.

வாத்திய இசை கேட்பதற்கு பாடலற்ற வரிகளற்ற இசையை அனுமதிக்கிற நல்லார்வம் மட்டும் போதுமானது. முதல் முதலில் லேசாய் உதறும். என்னடா முதலும் முடிவுமற்று சும்மா இழுத்துக் கொண்டே இருக்கிறார்களே என்று தோன்றலாம். ஆனால் அதே அடுத்தவாசலில் பூங்கொத்துக்களோடு வெண்ணிற ஆடை (மூர்த்தி-நிர்மலா அல்ல).வெண்ணிற ஆடை தேவதைகள் அட்டகாசமாய் வரவேற்பர். ராஜ சுகம் வாத்திய இசை என்பது. இன்றைக்கே

துவங்கவேண்டியது. யூட்யூப் என்ற பதத்தை சேஷ்டைகளுக்காக உபயோகிப்பதை கைவிட்டு விட்டு வாத்ய இசைக்குள் கரைந்து காணாமற் போகுமாறு அன்போடு அதட்டுகிறேன்.

கோவை சரளா. கோவாலூ என்று கே.பாக்யராஜுக்கு அம்மாவாக அறிமுகமான சரளா தமிழ்த் திரைக்கு எண்பது களில் கிடைத்து தொண்ணூறுகளில் உணரப்பட்ட அற்புதக் கொடை. சரளாவின் இரண்டு பலங்கள் எல்லா பக்கமும் பாய்ந் தோடும் பிரவாகம் போன்ற அவரது தனித்த குரல். வளையும் குழையும் கிறங்கும் மயங்கும் கம்பீரம் காட்டும் கொஞ்சும் கெஞ்சும் ரசவாத அனாயாசம் சரளாவின் குரல் என்றால், இன்னுமொரு பலம் எந்த வேடத்திலும் ஒரு சரளா டச் இருக்குமாறு அவர் பார்த்துக் கொள்வது. தனித்த சாம்ராஜ்யம் சரளாவுடையது, மனோரமாவுக்குப் பின்னர் ஒப்பாரும் மிக்காருமற்ற ராஜாங்கத்தின் போட்டியற்ற ராணி சரளா, இருபது ஆண்டுகள் மிகப் பரபரப்பாக சுழன்றாடிய தாரகை. தமிழில் மட்டுமல்லாது தெலுங்கிலும் மலையாளத்திலும் கூட சரளாவின் தனிக்கொடி பறக்கின்றது என்பது கூடக்குறையாத துல்லிய நிஜம்

சதிலீலாவதி படத்தை எல்லோரும் குறிப்பிடுவர். சரளாவை தன் ஜோடியாக கமல் தேர்ந்தெடுத்தது பற்றி. அது இருவருக்குமே சிறப்பு. சரளாவை போற்ற எத்தனையோ படங்கள் இருக்கின்றன. மகளிர்க்காக என்ற படத்தில் குறவர் இனத்துப் பெண்ணாக வந்து ஜமீன் வாரிசான வடிவேலை ஜோடி சேர்வார் சரளா. மும்பை எக்ஸ்பிரஸ் படத்தில் கமலை தனக்காக ஆள் கடத்தும் வேலையை ஒத்துக்கொள்ள செய்யும் கமலின் அக்காவாக நடித்திருப்பார். பூவெல்லாம் கேட்டுப்பார் படத்தின் டிவைடரே சரளா தான் என்றால் சக்தி சிதம்பரம்,வீ.சேகர் மற்றும் ராம நாராயணனின் பல படங்களில் சரளாவுக்கென முக்கியத்துவங்கள் ததும்பின. சத்யராஜுடன் சேர்ந்து எஸ்.ஜே.சூர்யா சிம்ரன் போல தொட்டால் பூ மலரும் பாடலுக்கு ஆடிப்பாடும் சரளா அந்தக் கோவை பிரதர்ஸ் படம் முழுக்க தனியாவர்த்தனத்தில் பலரையும் புறந் தள்ளி ஓடவைத்திருப்பார். வடிவேலுவுடன் பல படங்கள் மாயி உள்ளிட்ட பல படங்களில் கவுண்டமணியாக சரளா மாறி வடிவேலுவை செந்திலாக்கி அடித்து உதைத்தது முதலில் நிறைய்ய ரசிக்க வைத்தது. பிறகு தேய்ந்தழிந்தது.அவரது

*படங்களில் எனக்கு மிகவும் பிடித்த 2 படங்கள் கந்தா கடம்பா கதிர்வேலா மற்றும் என்னம்மா கண்ணு. சரளா தகர்க்க முடியாத தனிச்சிற்பம்.. சினிமா உலகத்தின் இருளை வென்று ஒளியைச் செரித்து எப்போதும் மின்னிக்கொண்டே இருக்கும் தாரகை. வாழ்க சரளா.*

**இன்றைய கவிதை**

இருப்பு
நிலை
மாறாத
நோக்குதலால்
தலைகீழாகிறது
காட்சி
நமக்கு
வவ்வாலும்
அதற்கு
நாமும்

அப்போதிருந்த இடைவெளியில்
கரிகாலன்

## 6

# ஆயிரத்தில் வேறொருவன்

உலகில் எல்லா வழக்கங்களுக்கு நடுவிலே சில அபூர்வங்களும் உண்டு. விதிகளை தகர்த்தெறிகிற எந்த அறமும் செல்லுபடியாகாத தனித்த இருள் உலகங்கள் பல வற்றை தன்னகத்தே கொண்டதிவ்வுலகம். எந்த சமரசமும் இல்லாமல் வக்ரங்களும் வாதைகளும் இயங்குதளமாக தன் வாழ்க்கையை ஆக்கிக் கொண்டவர்களை மேம் போக்காக மேலோட்டமாக "விளிம்பு நிலை மனிதர்கள்" என விளித்து விட்டு இலக்கியம் பேசுவதில் எனக்கு உடன் பாடில்லை. எதன் விளிம்பு எது என்பதில் ஏற்படுகிற காரணமே அக்குழப்பத் துக்குக் காரணம். மனித வகைகளுக்குள்ளும் சமூகத் தொகுப்புக்களுக்குள்ளும் எந்த விதத்திலும் உட்படாத தனித்தலைத் தீவுகளாக வாழ்கிறவர்களிடத்தில் எங்கனம் கல்விக்கும் சிந்தனைக்கும் பின்னதான பொது நம்பிக்கையான அறத்தை நம்மால் எதிர் நோக்க முடியும். பொதுவான தேர்தலும் பொதுவான சட்டங்களும் எப்படி சாத்தியம்..? சிறப்பு மனிதர்கள் என ஒரு வசதிக்கு சொல்லலாம்.. அது சிறப்பாகுமா எனத் தெரியவில்லை.

மதுரை என்.சி.பி.எச் புத்தக கடைக்குச் சென்று விழியால் மேய்ந்துவிட்டு வெளியேறி எனக்கு வந்த ஒரு செல்பேசி அழைப்பை பேசியபடியே செண்டிரல் தியேட்டரை தாண்டி கோயிலை நோக்கி நடந்தேன். பேசி முடித்து

விட்டு ஒரு கையில் இரண்டாக மடக்கிய புத்தகத்தோடு திரும்பி வந்து கொண்டிருந்தேன். ஒரு மனிதன். அவனுக்கு ஐம்பது வயதிருக்கலாம்.சற்றே நரைத்த தலை. நம் பக்கத்து அடுத்த தெருக்களில் எங்கேயோ வசிக்கிற ஒருவன் போன்ற பரிச்சயமான ஒரு முகம். பின்னால் வந்தவன் டக்கென நான் நின்றதும் என்னை அருகாமையில் நெருங்கினான். அவனுக்கே சரியாய்க் கேட்காத குரலில் "சார்... கேர்ள்ஸ் வேணுமா..?"என்றான். அவனது முகம் சீரியசாக இருந்தது. அவன் அப்படியொரு வாக்கியத்தைக் கேட்டான் என அவனே சத்தியம் செய்தாலும் நான் நம்பியிருக்க மாட்டேன். ஆனாலும் அவன் கேட்டது என்னிடம் என்பதால் என் உணர்வெதையும் வெளிக்காட்டிக் கொள்ளாதவனாய் அவனைப் பார்த்து லேசாய்ப் புன்னகைத்தபடியே.. ''என்ன..?" என்றேன். நான் சரியாகக் காதில் வாங்கவில்லை என்ற எண்ணத்தில் மீண்டும் எதிர்த் திசையைப் பார்த்தபடி செய்தியை மட்டும் எனக்கு சொன்னான். ''கேர்ள்ஸ்..சார்.இடம் டீஸண்டா இருக்கும்.. போலீஸ் தொந்தரவு ஏதும் இருக்காது. பக்கத்துல தான்" என்றான்.

உண்மையை சொல்லப் போனால் என் கல்லூரிக் காலங்களில் இவன் எதிர்ப் பட்டிருந்தானே ஆனால் இவனே என்னைக் காக்க வந்த தெய்வன். அப்போது வேறொரு அவதாரத்தில் இருந்த தருணம். பல இடங்களில் கலவி பயிலும் இச்சையும் கண்களில் எப்போதும் தேடித்திரியும் காமமும் வேறொரு மனிதனாக இருந்தேன் நான். ஆனால் அதற்கும் பின்னால் பல சந்தர்ப்ப சர்ப்பங்களை தாண்டியிருக்கிறேன். இது எதிர்பாரா நேரத்தில் நெடுஞ்சாலை சிக்னலில் ஒரு தம்புராவை நீட்டி இந்தா வாசி என்றாற் போல் உணர்ந்தேன்.

அவனை எப்படித் தவிர்ப்பது என்று உண்மையிலேயே எனக்குத் தெரியவில்லை. தமிழின் முக்கியக் கவிஞர் ஒருவர் தனக்கு தொலை பேசியில் வரும் அழைப்புக்களை துண்டிப்பதே அலாதியாக இருக்கும். பேசிக்கொண்டே இருப்பார். சற்றே மேலதிகம் என்று அவர் நினைக்கிற புள்ளியில் "ஒரு நிமிஷம் இதோ மீண்டும் கூப்பிடுகிறேன்"என்று துண்டிப்பார். முதல் முறை எனக்கு ஏதோ மதக்குற்றம் செய்துவிட்டேனோ எனத் தோன்றிற்று. பிறகு சந்தையில் விசாரித்தால் தலைவர் எல்லாரின் அழைப்புக்களையும் அப்படி அங்கனம் தான் வழியனுப்புவது வழக்கம் என்று அறிந்த பிறகு

சகஜமாகிவிட்டது. இப்போதெல்லாம் நான் சில அழைப்புக் களை அப்படி சொல்ல ஆரம்பித்திருக்கிறேன் என்பது எந்த வஞ்சகமும் அற்ற தகவல்.

நிற்க... அந்த அணுகிய புதிய மனிதனை எங்கனம் தவிர்ப்பது என்று எனக்குத் தெரியவில்லை. நீண்ட காலம் தாமதித்து திரும்பி வந்த உறவினன் போல அவன் நின்று கொண்டிருந்தான். நான் நெளிந்தேன். எனக்கு அவனோடு உரையாட விஷயங்கள் இருந்தன. ஆனால் அந்த மாலை நேரத்தில் இரவுக்கு முந்தைய 8 மணி சுமாருக்கு என்னால் ஒரு அன்னியளுடன் ஒரு மூட்டைப் பூச்சி லாட்ஜில் காமமோ வேறெந்தக் கர்மமோ கொள்ள முடியாது என எப்படி அவனுக்கு விளக்குவதென்று தெரியாதிருந்தேன். அவன் தன் நிமிடங்களில் எனக்கான வழங்கலின் இறுதித் துளிகளில் இருந்தான். நான் சட்டென்று "டீ சாப்டுறீங்களா..?"என்றேன்.

அவன் என்னை எதுவுமே சொல்லவில்லை. அந்த மூன்று நிமிட நேரங்களுக்குள் எனக்கு அவனும் அவனுக்கு நானுமாய் எப்படியெல்லாம் மாறி மாறித் தோற்றமளித்துக் கொண்டோம் என்பது வசீகரம். ''வேண்டாம்'' என ஒரு புன்னகையோடு கிளம்பி கூட்டத்தில் கலந்தான்.அவன் கடைசியாக என்னைப் பார்த்தது "பரிசு விழுந்த லாட்டரிச்சீட்டை வேண்டாம் என்று ஏன் சொல்கிறாய்?"என்ற பாவனையில் இருந்தது.

அவன் கடந்ததும் அந்த புண்யஸ்தலத்தை தாண்டி வருகையில் என் பார்வை தற்செயலாக செண்டிரல் தியேட்டர் முகப்பைப் பார்த்தது.அங்கே ஆயிரத்தில் ஒருவன் படத்தில் நீட்டிய கத்தியோடு என்னை பார்த்து புன்னகைத்தபடி இருந்தார். நான் அதற்கு முன் சந்தித்தவன் ஆயிரத்தில் ஒருவன் அல்ல. வேறொருவன்.

## இன்றைய புத்தகம்

''சொன்னால் நம்ப மாட்டீர்கள்'' என்ற சின்ன அண்ணாமலை எழுதிய குமரன் பதிப்பக நூல். இப்போதைய பதிப்பின் விலை தெரியவில்லை. மிக அற்புதமான வரலாற்றுடன் கலந்து பிசையப்பட்ட ஒரு மனிதரின் ஆளுமைத்திறன் வெளிப்படுகிற சம்பவங்கள் நிரம்பித் ததும்புகிற புத்தகம்.

## இன்றைய கவிதை

நாய்க்காட்சி
நானும் பார்த்தேன்
நன்றாயிருந்தது
பார்த்துவிட்டு
வெளியே வந்தால்
இளவெடுத்த
எச்சில் நாய்க் கூட்டம்

*ஷன்முக சுப்பையா*
(1994ஆமாண்டு காலமானார்.)

யார் தலையையோ
சீவுகிற மாதிரி
அவன் பென்சில்
சீவிக்கொண்டிருந்தான்

*நகுலன்*

# 7

# அழியும் புனிதங்கள்

பழைய புத்தக வியாபாரம் உண்மையில் கலாச்சார யாகம் என்பேன். புதிய புத்தகங்களுடைய விற்பனைக்கு எதிரானவன் அல்ல என்றாலும் கூட பழைய புத்தக கடைகள் புதியவைகளுக்கு என்றென்றைக்கும் எதிரானவை அல்ல என்பது அடியேனின் தாழ்வபிப்ராயம்.

ஏன் என்றால் பழைய கடைகளைப் பழைய புதியவை விற்கிற கடைகள் என்று தான் சொல்ல வேண்டும். பதிப்பில் இல்லாத புத்தகங்கள் உண்மையில் சொர்க்கத்தை விலைபேசும் வைர மணிக் கற்கள் (நன்றி அருமைராசன், கனவுத் தொழிற்சாலை).

சென்ற வாரம் வழக்க வீதிக்கு மாற்றாய் ஒரு கடையை வேறொரு வீதியில் அடைந்தேன். பார்வையில் பட்டவற்றை எல்லாம் பொறுமை யாக எடுத்து காட்டிய அந்தக் கடை நடத்து கிற பெரியவர் என்னைத் தன் முதல் அபிப்ரா யத்திலேயே வென்றார். அவருக்கு வியாபாரம் தெரிந்திருந்தது. எனக்கோ இவ்வகையினருடன் கிட்டத்தட்ட 25 வருட காலம் புழங்கிப் பழகிய அனுபவம் இருந்தது.

நாம் கையில் தேர்ந்தெடுக்கிற புத்தகங்கள் சிலவற்றைப் பார்த்தவுடனே அவரது மண்டைக் குள் சமன்பாட்டு இயந்திரங்கள் சுழன்று நமக்குத் தேவையானவற்றை அந்தக் கடையின் பல

பாகங்களில் இருந்தும் எடுத்து தந்தது நேர்த்தியாக இருந்தது. எப்படி என்றால் மிகவும் குழப்பத்தோடு அணுகவே முடியாமல் திகைத்துக் கொண்டிருக்கும் கடினமான கணக்கொன்றை அனாயாசமாக தீர்த்து வைக்கிற மேதமைத் தனமாக. மேலும் அவர் அந்தக் கடையின் ரகசிய முடுக்குகளை அதிகம் கலைக்காமல் புத்தகங்களை தேடி எடுத்தது கராத்தே போன்ற கலையை வெளிப்படுத்தினாற்போல் இருந்தது.

அவர் எனக்குத் தந்த புத்தகங்கள் அனைத்துமே இன்றைக்குக் கடைகளேதிலும் கிடைக்காதவை. முக்கியமாக திராவிட நாடு என ஒரு இதழ். 13 நயா பைசா அண்ணா துரை ஆசிரியராக இருந்து நடத்திய வார இதழின் 1945, 46 மற்றும் 47 ஆமாண்டுகளின் முழுத்தொகுப்பும். ஜும்பா லகிரியின் **NAMESAKE, margaret mitchell** எழுதிய **GONE WITH THE WIND** என்னும் **PULITZER** பரிசு பெற்ற நாவல், மு.வ.எழுதிய மலர்விழி, பிவி.ஆர் எழுதிய டைவர்ஸ், 1947இல் மதுரை அமெரிக்கன் கல்லூரியின் தமிழ்த்துறைத் தலைவராக இருந்த ஏ.கார்மேகக்கோன் எழுதிய கண்ணகி தேவி என்ற புத்தகம், 1938இல் வெளியான ஸ்ரீரங்கமகத்துவம், **INDIA RE DISCOVRED** என்னுமொரு புத்தகமும் கொடுத்தார். அவருக்கும் எனக்கும் நடந்த அரை நிமிட பேரத்தின் பின் அத்தனை வைரங்களையும் என் ஸ்கூட்டியின் பின்பெட்டியில் அடக்கிக் கொண்ட போது கோடிகளை வென்ற திருப்தி எனக்கு.

இது போன்ற பழைய புத்தக வியாபாரிகளின் அனுபவத் திற்கேற்ப அவர்களை தாண்டிச்சென்ற காகித நதி எத்தனை வசீகரமானது என்பது புரிகின்றது மறைத்து வைக்கப்பட்ட கலைஞர்கள் என்றே இவர்களை சொல்லமுடியும். தமிழகத்தின் ஒரு நூறாண்டு கால கலாச்சாரம் இன்னமும் பல பழைய புத்தகக் கடைகளின் ரேக்குகளில் ரேக்கிக் கொண்டிருப்பது அழிந்துகொண்டிருக்கும் புனிதம்.

## இன்றைய கவிதை

கருநாகத்தின்
சுழிமுனையில்
வல்லயத்தின் கூர்மையுடன்
மணிச்சதங்கை அதிர
உக்கிரதாண்டவமாடிக் கொண்டிருக்கிறது
அட்டகாசமான
நம் காதல்

**பதனீரில் பொங்கும் நிலாவெளிச்சம்**
**காலச்சுவடு வெளியீடு**
**என்.ட்டி.ராஜ்குமார்**

*மேற்கவிதையில் அட்டகாசமான என்ற சொல்லாடலை எடுத்து விட்டுப் படியுங்கள். அந்தச் சொல் குறைவது எதெதையோ குறைத்து விடும். ராஜ்குமாரின் கவிதையுலகம் திட்டமிட்டது. தனித்தது. அசாத்யமானது. சூன்யமாய்க் கரைவது. லேசாய் அணுகினால் சதை பொசுங்கி எலும்புகள் துருத்தும் இழத்தலை நிகழ்த்திவிடும் மாயக்கவிதைகள் ராஜ்குமாருடையவை.*

# 8

## பிராணிகளின் சங்கம்

எல்லீஸ் ஆர் டங்கன் என்ற பழைய ஜாம்பவானின் படத்தையும் கமல்ஹாசன் என்ற இந்தக் காலத்து ஜாம்பவான் படத்தையும் ஒரே நேரம் வேறேதும் குறிப்பிடாமல் பதிவிட்டேன் என் முகப்புத்தகத்தில். டங்கனை யார் இவர்..? என நண்பர் சோலமணி பாலு கேட்டிருந்தார். வேறு யாருமே கண்டுகொள்ளவில்லை. கமல்ஹாசனுக்கு லைக்குகளும் கமெண்டுக்களும் குவிந்தபடி இருக்கின்றன. சோலைமணி பாலுவின் கண்களுக்கு டங்கன் தட்டுப்பட்டது என்ன மாதிரியான காலக்குழப்பம் என்று தெரியாதிருக்கிறேன். முன்னால் நியெட்ஷேவின் படத்தை வைத்த போது என் சேட் பாக்சில் வந்த தோழி ஒருவர் "எங்கேயோ பார்த்திருக்கேன் ரவி..? யாரு இவரு..?"என்று கேட்டார்.அவர் சொன்ன பார்த் திருக்கிறேன் என்ற பதத்தை நான் குழப்பமாகக் கொண்டு ரெண்டு மூணு நாள் நடுங்கினேன்.

தனித்த கணங்களில் சிறந்த கணம் ஏது..? வாழ்வின் நிமிடங்களில் சில மட்டும் மற்ற வற்றோடு சேராது சரவெடி வெடிக்கும். ஒவ்வொருவருக்கும் தனிப்பட்ட டாப்டென் தருணங்கள் உண்டல்லவா? கவிதைகளை விட இனிமையான கவிதைக்கணங்கள் அவை. இசையை விட அணுக்கமான இன்னிசை வேறேது..? என்னளவில் இதுவரையிலான 1. என் மனைவியின் கர்ப்பம் உறுதி செய்யப்பட்டு ரிசல்ட்

வந்த கணம். 2. என் மகள் ஷ்ரேயா டைஃபாய்டு காய்ச்சலில் 12தினங்கள் கண்திறவாக் கடினத்தை தாண்டி எழுந்த நாள். 3. என் மகன் பிறந்த தினம். 4. என் முதல் கவிதை அச்சில் பார்த்த நாளான ஏப்ரல் 5ஆம் தேதி. 5. கண்டிப்பாக ஃபெயிலாவேன் என நினைத்திருந்த +2 தேர்வில் கணக்குப் பாடத்தில் 100 எடுத்து (200க்கு தான் என்றாலும் அந்தக் காலத்தில் அது ரொம்பப் பெரிய மார்க் என்று சொல்வது பொய்யல்ல, எனக்கு)

இன்னும் 5 டாப் டென் தருணங்களில் வர்வீயா வர்மாட்டீயா என ஏங்கிய என் முதல் தொகுப்பு வெளியான தினத்தை சேர்க்கலாம். இன்னமும் நிறைய்ய டாப் தினங்கள் வரும் என்ற நம்பிக்கை இருக்கிறது. டாப் டென் என்ற வார்த்தையை எடுத்துக் கொண்டு அதனை நம் வாழ்க்கையில் அப்படியே புகுத்தலாம் எனத் தோன்றுகிறது. சிறந்த பத்து கோபங்கள் சிறந்த பத்து ஏமாற்றங்கள் சிறந்த பத்து அறிதல் என இது ஒரு முழுமையான சுயகோரலுக்கான வெளி என்பது நயம்.

## இன்றைய கவிதை

### வீடு

நடக்கும் திசையெல்லாம்
முட்ட நேர்கிற சுவர்கள்
சிலை போலென்னை
இறுக்குகிற சுவர்கள்
நானொரு சமாதியுள்
நிறுத்தி வைக்கப்பட்டு.

சே பிருந்தா.

## இன்றைய சிபாரிசு

“மரியாத ராமண்ணா” (தெ) 2010.

மௌனப்படக் காலத்தில் சாப்ளினுக்கு இணையாய்ப் பறந்த இன்னொருவர் மைக்கேல் பஸ்ட்டன். அவரது படமொன்று பேர் நினைவில்லை. அதன் பாதிப்பில் 2010இல் ஒரு தெலுகு படம், அதன் நாயகன் அந்த ஊர் சந்தானம் ஆன சுனில். சின்னதொரு கதை. ஒரு பெண்ணை ஜொள் செய்துகொண்டே தன் பூர்வீக சொத்தை வாங்கி வர தன் அப்பாவின் சொந்த கிராமத்துக்கு

செல்கிறான் நாயகன். சந்தர்ப்ப வசத்தில் அந்த நாயகியின் வீட்டுக்குள் நுழைகிறான். அவனைக் கொன்று அவன் அப்பா மீது கொண்ட பழைய வஞ்சத்தை தீர்த்துக் கொள்ள வில்ல னான நாயகியின் அப்பன் தான் அவனை கடிதம் அனுப்பி வரவழைத்ததென அறியாமல். அந்த ஊர் பழக்கம் தன் வீட்டுக்குள் ஜென்ம விரோதியே வந்தாலும் அவனை வீட்டினுள் உபசரிப்பதே.

அதிதியாய் வந்தவனை வீட்டின் நிலைவாசலுக்குட்பட்ட பகுதியில் எதுவும் செய்யாத அவர்களின் வழக்கத்தை மட்டும் கையில் எடுத்துக்கொண்டு தன் உயிரைக் காப்பாற்றிக் கொள்வதற்காக நாயகன் போடுகிற திட்டங்களும் அவனை வீட்டு வாசலுக்கு அந்தப்பக்கம் கொண்டு போய் கொத்துக்கறி செய்துவிடும் மூர்க்கத்தை மறைத்துக்கொண்டு பதினோரு குண்டர்களும் என படம் முழுவதும் ஒரு தனி மனிதனுடைய வாழ்விச்சையை அழகாகப் படமெடுத்து இருக்கிறார் ராஜமௌலி என்னும் மஹதீரா தெலுங்கு சிறுத்தையான விக்ரமார்க்குடு போன்ற பெருவெற்றிப் படங்களின் இயக்குநர்.

எனக்குத் தெலுங்கு தெரியும் என்றல்ல... நல்ல படங்களுக்கு மொழி ஒரு தடைஅல்ல என்ற அளவில் இப்படத்தை சிபாரிசு செய்கிறேன். இரண்டரை மணி நேரம் கச்சிதமாக சிரிக்கும் அவசரமுள்ளவர்கள் பார்ப்பதற்காக. அப்படி இல்லாதவர்கள் பொறுத்திருந்தால் கண்டிப்பாக சந்தானமோ யாரோ நடித்து தமிழ் பேசும் கண்டிப்பாக என நம்புகிறேன். குறைந்த பட்சம் டப்'பப் படலாம்.

## இன்றைய புத்தகம்

அன்னம் தொகுப்பாக கிராஜநாராயணனின் நாட்டுபுறக் கதைக் களஞ்சியம்.விலை 775.

2007/2011 இரண்டாம் பதிப்பு.

அண்டப்புளுகன் மகன் ஆகாசப்புளுகன் யார்.. அவனுக்கு ஏன் அந்தப் பேர் வந்தது..? அதனை வழங்கி மகிழ்ந்த அண்டப்புளுகன் ஏன் தன் மகனை ஆகாசப் புளுகனாக அங்கீகரித்தான்..? இது ஒரு சோற்றுப் பதம்.. இத்தொகுப்பு ஒரு பானை.,

9

# தோல்வியைத் தொழுபவர்கள்

வில்லன்கள் பரிதாபமானவர்கள். காலத்துக்கும் தோற்றுக்கொண்டே இருப்பவர்கள் மீது பரிதாபம் கொள்வது நியாயமல்லவா..? ஆள் படை அம்பு முஸ்தீபுகள் அனைத்தும் செயல றுந்து கடைசிக் காட்சியில் பெரும்பாலும் ஒல்லிப் பிச்சான் நாயகனிடம் அடிவாங்கி செத்து வீழும் கூட்டமாகவோ அல்லாது போனால் லேட்டஸ்ட் லேட் ஆக நுழையும் போலீஸ்காரர்களால் கைது செய்யப்பட்டு தலை குனிந்து சிறை செல்ப வர்வளாகவோ எத்தனை பார்த்தாயிற்று..? தோல்வித்தொழிற்சாலைகள் பாவம் வில்லன்கள்.

2000ஆவது ஆண்டுக்குப் பிற்பாடு தமிழ் சினிமாவின் முகம் பல விதங்களில் மாறிற்று. தொழில்நுட்ப வளர்ச்சியும் புதியன தேடலும் லொக்கேஷன்கள் தொட்டு திரைப்படுத்துதல் வரைக்கும் எல்லாமும் மாறியது. முக்கியமாகத் திரைக்கதை அதுவரைக்கும் சொல்லப்பட்ட விதத்தில் இருந்து மாறி ஆல்ந்யூ தன்மையோடு வேறொரு தடத்தில் நடைபோடத் தொடங் கிற்று. வில்லன்களும் மாறவேண்டிய சூழல் அது. அதுவரைக்கும் மிஸ்டர் கிளீன் நாயகர் களுக்கு எதிராட சாதாரண வில்லன்கள் போது மாயிருந்தனர். நாயகனின் குணாம்சங்கள் மாற்றியமைக்கப்பட்டன. அது வரைக்குமான ஒழுக்க நெறியாடல்களும் வரைமுறை விழுமியங்களும் தகர்க்கப்பட்டன. நாயகன்

கெட்டவனானான். எதிர் குணங்கள் ததும்பும் வண்ணம் கற்பனை செய்யப்பட்டான். அதற்கேற்ற ஸ்பெஷல் வில்லன்கள் இன்னும் இன்னும் க்ரூரமாய்க் கற்பனை செய்யவேண்டிய நிர்ப்பந்தம் உருவானது.

நல்ல x கெட்ட என்று அதுவரை இருந்த அத்தனை நதிகளும் கெட்ட x கெட்ட என்று ஆகிப்போயின. நாயகன் நல்லவனாக இருக்க வேண்டிய நிர்ப்பந்தங்களை சுக்கு நூறாக்கிய புதிய படங்கள் வரத்தொடங்கின. வில்லன்களின் பாடுதான் திண்டாட்டமாகின. எத்தைத் தின்றால் வில்லன் நிலைபெறுவான் என்று மண்டைகள் கசக்கப்பட்டன. புதிய வில்லன்கள் உருவானார்கள். 2000ஆம் ஆண்டுக்கு முந்தைய பல வில்லன்கள் வீட்டுக்கனுப்பப் பட்டனர். நாசர், பிரகாஷ்ராஜ், ராதாரவி உள்பட சிற்சிலர் மிகக் கவுரவமாக பல பாத்திரங்களையும் ஏற்று நடிக்கும் குணச்சித்திர மற்றும் வில்ல நடிகர்களாகப் பதவியைத் தக்கவைத்துக் கொண்டார்கள். இன்னொருபுறம் புத்தம் புதிய வில்லன்கள் வரத்தொடங்கினர்.

நாயக விழுமியங்கள் தகர்ந்தாற் போலவே எதிர் நாயகனுக்குமான சூத்திரங்களும் மாற்றி அமைக்கப்பட்டன.ஒரு உதாரணத்துக்கு இந்தக் கட்டுரையை ப்ருத்விராஜிடம் இருந்து துவங்கலாம். அவர் மலையாள தேசத்தில் குறிப்பிடத் தகுந்த நாயகன். என்றபோதும் கே.வி.ஆனந்த் திரைப்படுத்திய எழுத்தாளர்கள் சுபாவின் கதாபாத்திரம் ஒன்றில் அவர் நடித்த கனா கண்டேன் படத்தில் மிஸ்டர் கிளீன் வில்லனாக அறிமுகமானார் ப்ருத்விராஜ். உடன் படித்த தோழியின் குடும்பத்தை நிர்மூலமாக்கத் தயங்காதவர். பணவெறி பிடித்த வட்டிக்காரனாக அந்தப் படத்தில் பின்னியெடுத்தார் பிருத்விராஜ். வழங்கப் பட்ட பாத்திரத்தின் மீது பார்வையாளனின் முழு நம்பகமும் குவியும் வண்ணம் நடை உடை பாவனைகளில் நுட்பமான பரிமளிப்பைத் தந்திருப்பார் ப்ருத்வி. பின் தினங்களில் மணிரத்னத்தின் ராவணன் படத்தில் கெட்ட போலீஸ்காரனாக நடிப்பது அவருக்கொன்றும் சிரமமே அல்ல என்று சொல்லத் தக்க அளவில் இருந்தது பிருத்வியின் பங்கேற்பு. மலையாளத்தில் கூட மும்பை போலீஸ் போன்ற பிற நடிகர்கள் ஒதுக்கிவிடக் கூடிய எதிர் நாயகன் பாத்திரங்களை ஏற்பதற்கு உண்டான முன்முயல்வாக இப்படங்கள் இருந்திருக்கக் கூடும். உளவியல் ஒரு முக்கியக் கூறுபாடாக வனையத் தொடங்கியதை இரண்டாயிரத்துக்குப் பின்னதான படங்களின் வில்லன்களை

வைத்து நன்கு அவதானிக்க முடிகிறது. வில்லன்கள் தனித்த உளவியல் சிதைவுகளுடன் செதுக்கப் பட்டார்கள். முன்பெல்லாம் சைக்கோ படங்கள் என தனி வகைமையில் மட்டுந்தான் குணக்கேடுகளுக்கு அப்பால் உளச்சிதைவு உற்று நோக்கப் பட்டது. அதன் வரிசையில் இடம்பெற்ற படங்கள் தனித்தன. ஆனால் இரண்டாயிரமாவது ஆண்டுகளுக்குப் பின் வந்த வில்லன்கள் உளவியல் ரீதியாக சிருஷ்டிக்கப் பட்டது நல்லதோர் மாற்றம். வளவளவென்று பேசிக்கொண்டு கட்டம் போட்ட கோட் சூட் புகையும் பைப் ஒரு கண்ணில் ஆபரேஷனிற்குப் பிறகு தொங்கும் பச்சைத் துணி அல்லது வழுக்கைத் தலை கன்னத்தில் பெரிய மரு அல்லது கண்மை பூசிய கருகரு வில்லன்கள் என்றே அதுகாறும் பார்த்துவந்த ரசிக மனங்களில் நின்று நிலைபெற்ற வில்லன்களாக மொத்தம் பத்துப் பேர் தேறினால் பிரமாதம் என்பதே எண்பதுகள் வரையிலான சினிவில்ல சிச்சுவேஷன். சமீப பதினைந்து வருடங்களை வில்லன்களுக்கான பொற்காலமாகவே கருதத் தோன்றுகிறது.

பிதா மகன் படத்தில் வரும் இரண்டு நாயக பாத்திரங்களான சூர்யாவும் விக்ரமும் அப்படி ஒன்றும் குறிப்பிடத் தக்க வாழ்வு கொண்ட இரு மனிதர்களல்ல. சூர்யா கட்டை உருட்டி பணம் பறிக்கும் எத்தன். விக்ரமோ சுடுகாட்டுச்சித்தன். இந்த இரண்டு பேரின் வாழ்க்கையிலும் வில்லனாக வரும் மகாதேவன் அந்தப் படத்தில் மொத்தமாய்ப் பேசும் வசனங்கள் மிகவும் சொற்பமே. பொதுவாகவே பாலாவின் படங்களில் ஒவ்வாத பாத்திரங்கள் இணைவதும் முரண்படுவதும் தொடர்ச்சியாக காணக் கூடிய அம்சமே. அந்த வகையில் மகாதேவனுக்கு நேர்மாறான வில்லனாக நான் கடவுள் படத்தின் ராஜேந்திரன் அறிமுகமானார். எண்பதுகளின் மத்தியில் எடுக்கப்பட்ட படங்களில் ஒரே ஒரு வசனம் பேசக் கூட அனுமதிக்கப் படாத முகங்களில் ஒன்றாக ராஜேந்திரனை நம்மால் எளிதில் உணர முடியும்.

பிச்சை எடுப்பதற்கான உருப்படிகளாக பிறழ் உயிரிகளாக மனிதர்களை உற்பத்தி செய்து பிழைக்கக் கூடிய தாண்டவன் கதாபாத்திரத்தை தன் ஏழாம் உலகம் நாவலில் கூட இத்தனை க்ரூரமாக சித்தரிக்கவில்லை நான் கடவுள் படத்தின் மூலக்கதையை சிந்தித்த ஜெயமோகன். ராஜேந்திரனின் கரிய உருவமும் மொட்டைத் தலையும் கொடூரச்சிரிப்பும் எம்ஜி. ஆர் காலத்தில் இருந்து பார்த்துப் பார்த்துப் பண்ணப் பட்ட வில்லனின் தொடர்பிம்பமாக வெகு கச்சிதமாக இருந்தது.நான்

கடவுள் படத்தை விட ராஜேந்திரன் அடைந்த வெற்றி கண்கூடு.

வெற்றிவிழா படத்தில் ஜிந்தாவாக கமலைக் கசக்கிப் பிழிந்த சலீம்கௌஸ் அதன் பின்னர் திருடா திருடா சின்ன ஜமீன் சின்னக் கவுண்டர் எனப் பல சின்னப்பெயர் தாங்கிய படங்களில் நடித்து காணாமற்போயிருந்தார். அவரை விஜய் நடித்த வேட்டைக்காரன் படத்திற்காக அழைத்து வந்தார்கள். பழைய சிங்கம் பரிமளித்தாலும் அதன் கண்களில் இருந்த உக்கிரம் உடல் மொழியில் இல்லாமற்போனது.

பெரிய மனுஷ வேஷத்தில் தொண்ணூறுகளில் அசத்திய பலரில் ஒருவர் திலகன். அவருக்கு அப்புறமாய் வெகு நாட்களாக அந்த இடத்தில் அவ்வப்போழ்து சிலர் வந்து போய்க்கொண்டிருந்தாலும் நம்ப முடியாத ஒரு வில்லனாக நடித்தவர் ஈழத்துக் கவிஞர் வ.ஐ.ச.ஜெயபாலன். ஆடுகளம் படத்தில் அவர் ஏற்ற பாத்திரம் கிட்டத்தட்ட புராணகாலத்து துரோணரை நினைவுபடுத்தியது. இந்தமுறை குருவானவர் சீடனிடம் கட்டைவிரலைக் கேளாமல் உயிரையே கேட்டது முன்னேற்றமே.. அந்தப் படத்தில் அவருக்குப் பின் குரல் தந்தவர் ராதாரவி. கண்களை மூடிப் பார்த்தால் பல இடங்களில் அவரும் நினைவுக்கு வரத்தான் செய்தார். எனினும் அதை மீறிய பரிமளம் ஜெயபாலன் தந்தது.

உருட்டுக் கட்டை உடம்புகளுடனான வில்லன்களின் கடைசி வரத்தாகவே ரியாஸ்கானை சொல்லலாம். கமல்ஹாசன் தாயம் எனும் பெயரில் தொடர்கதையாக ஒரு வார இதழில் எழுதிப் பின் அவரே திரைக்கதை அமைத்து சுரேஷ்கிருஷ்ணா இயக்கிய ஆளவந்தான் படத்தில் ஒரு உபவில்ல பாத்திரத்தில் தன்னை முன் நிறுத்திக் கொண்ட ரியாஸ்கான் மிகப் பலமானதொரு பாத்திரத்தில் முருகதாஸ் இயக்கிய ரமணா படத்தில் நடித்தார். உடன் நடித்த இன்னொரு பழைய சிங்கம் விஜயன். எண்பதுகளின் மனம் கவர் நாயகன்.

நாயகர்கள் வில்லன்களாக மாறுவது வாஸ்துக் கோளாறோ அல்லது வாழ்வாட்டமோ அல்ல. ஒரு சாலையிலிருந்து இன்னொன்றுக்கு வளைந்து திரும்புவதைப் போல இயல்பானது தான் எத்தனையோ படங்களில் மக்களால் ஆராதிக்கப்பட்ட நாயகனான சுமன் ரஜனிகாந்தின் சூப்பர் வில்லனாக நடித்த சிவாஜி படம் அவற்றுள் ஒன்று. சத்யராஜ் நடிக்க மறுத்த பின் சுமன் அந்தப் பாத்திரத்தை ஏற்றது திரைமறைவுச்சம்பவம்.

சத்யராஜ் நிச்சயம் வருத்தம் கொள்ளும் அளவுக்கு சுமனின் மறுவுரு அமைந்தது.

நாயகன் படத்தின் வேலு நாயக்கரை கலைத்துப் போட்டுப் பண்ணப் பட்ட பல படங்களில் ஒன்றான தீனாவில் மலையாள சுரேஷ்கோபி பெரியதாதாவாக ஆதி கேசவனாக வந்து படமெங்கும் உறுமினார். எடுபட்டது. பல படங்களுக்கு ஸ்டண்ட் மாஸ்டராக பலரை அடிக்கவும் அடிவாங்கவும் செய்த பிரபல ஸ்டண்ட் மாஸ்டர் ஜூடோ ரத்தினம் தன் இறுதிகாலத்தில் தலைநகரம் படத்தில் கொடூர வில்லனாக வந்தார். அவர் மட்டும் கொஞ்சம் முன்னாலேயே கிளம்பி இருந்தால் பெருங் காலத்துக்குப் பேசப்பட்டிருப்பார். அப்படியொரு அற்புதமான பரிமாணத்தை அதில் நல்கினார் ரத்தினம்,

தனித்த சிரிப்புடன் முகத்தின் ஒவ்வொரு மைக்ரோ செல்லும் நடிக்கும் ஒரு புதிய வில்லனாக கோட்டா ஸ்ரீனிவாசராவ் பிரபு சாலமனின் கொக்கி படத்தில் அறிமுகமானார். சாமி படத்தில் ஜாதிவெறி வில்லனாக எல்லோரையும் கவர்ந்தார். பல டப்பிங் படங்களில் தன் குரல் மூலம் அறிமுகமான சாய்குமார் ஆதி மற்றும் இரும்புக்கோட்டை முரட்டு சிங்கம் படத்திலும் நகைச் சுவை நாயகன் ஆர்.பாண்டியராஜன் அஞ்சாதே படத்திலும் சத்யராஜின் இளவல் சிபிராஜ் நாணயம் படத்திலும் சில படங்களில் கதாநாயகனாக நடித்த நந்தா ஈரம் படத்திலும் அப்போதைய பெப்சி சங்கத் தலைவர் விஜயன் வில்லன் படத் திலும் ஹிந்தி ஸ்தலத்தில் இருந்து இறக்குமதி செய்யப்பட்ட ப்ரதீப் ராவத் கஜினி உள்ளிட்ட படங்களிலும் பில்லா2 மற்றும் துப்பாக்கி படங்களில் அசத்திய வித்யுத் ஜமால் ஆகியோர் தங்க ளால் இயன்ற அளவு வித்யாசம் காட்ட விழைந்தனர். யாராலும் மிஸ்டர் வில்லனாக நிரந்தரிக்க முடியாமற்போனது சோகமே.

சிட்டி ஆஃப் காட் படத்தின் உலகளாவிய பல தழுவல்களில் ஒன்றான ரேணிகுண்டாவில் அறிமுகமான ஜானி மற்றும் உடன் வந்த தீப்பெட்டி கணேசன் இன்னபிறர் அழுத்தமான கதாபாத் திரமாக்கலினால் மனந்தொட்டனர். அதே கால கட்டத்தில் வெளியான பருத்திவீரன் கார்த்தியின் அடுத்த படமான நான் மகான் அல்ல படத்திலும் ரேணிகுண்டாவின் அதே சிறார் வில்லன்கள் போன்ற இளையவர்கள் வில்லன்களாக வந்து கடைசிவரை போரிட்டு செத்தழிந்தார்கள். இந்த இரண்டு படங்களுமே பெரும் வில்லன் பாத்திரம் ஏதும் இல்லாமல் வெற்றி பெற்ற படங்கள் என்றாலும் கூட பெரிய வில்லன்களே

தேவலாம் என்று மூச்சுவாங்க நாயகநல்லவர்களைப் புரட்டி எடுத்த படங்களும் கூட.

சமீபத்திய பதினைந்து வருடகால தமிழ் சினிமாவில் மேற்சொன்னவர்களை எல்லாம் தாண்டி மிக முக்கியமான வில்லன்கள் தனித்த காரணங்களுக்காக கவனம் பெறுகிறார்கள். நாயகனாக அறிமுகமான யுனிவர்ஸிட்டி பெரிதாக விரும்பப் படவில்லை எனினும் கௌதம் வாசுதேவ் மேனன் இயக்கிய காக்க காக்க படத்தில் மறு அறிமுகமான ஜீவன் அதுவரைக்குமான வில்லன்கள் யாரையும் நினைவுபடுத்தாத சுயதோன்றியாக பேருரு எடுத்தார். மும்பையில் இருந்து சென்னைக்குத் தப்பி வந்து அண்ணன் கோஷ்டியில் ஐக்கியமாகும் பாண்டியா என்னும் பிறவிக் க்ரிமினலாக நடித்த ஜீவன் அந்தப் படத்தில் தான் தோன்றும் ஒவ்வொரு ஃப்ரேமையும் தன் கட்டுக்குள் வைத்திருந்தார் எனலாம்.

“எந்த ஊருக்குப் போனாலும் அந்த ஊரை நாம ஆளனும்.அந்த ஊரைக் கலக்கணும்.அந்த ஊருக்கு நாம யார்னு காட்டணும்ணே..” என்று பாண்டியா முழங்கும் போது திரை அரங்கங்கள் ஆர்ப்பரித்தன. ஹாலிவுட் நடிகர் ஆண்டோனியோ பெண்டாரஸ் போலத் தமிழில் ஒரு புதிய நடிகர் உருவானதாய் அப்போதைய சினிமா ரசிகர்கள் ஆராதித்தனர். கடைசி சீனில் வில்லன் ஜீவன் கொல்லப்பட்டதற்காக சூர்யாவை வெறுத்த சிலரில் நானும் ஒருவனாயிருந்தேன்.

ஜீவன் அதன் பின் நாயகனானது விபத்தே. நீடித்திருந்தால் இந்திய அளவில் இன்னுமொரு மகா நடிகராக அவர் ஆகியிருக்க வேண்டியவர். இன்னமும் காலம் இருக்கிறது. ஜீவனின் திருட்டுப் பயலே படத்தில் அவர் தான் நாயகன். லஞ்சம் வாங்கும் தகப்பனின் மகன் கெட்டழியும் கதையில் அவருக்கு நடித்து மிளிர எல்லா வாய்ப்புக்களும் வழங்கப்பட்டன. அதே படத்தில் கடைசிவரை தோற்று மேடைக்கே வராத பாத்திரத்தில் கடைசி ஒரு காட்சியில் அத்தனை க்ரூரத்தை அத்தனை வெறியை நிகழ்த்திக் காட்டிய மனோஜ். கே.ஜெயன் மலையாள வரவு. முக்கியமாய்ச் சொல்லப் பட வேண்டியவரும் கூட.

இதே கதை தான் ப்ரசன்னாவினுடையது. மணிரத்னத்தின் கம்பெனி அறிமுகமான பிரசன்னா ஒரு சாக்லேட் பாய் என்று தான் எல்லோரும் நினைத்தோம். மிஷ்கினின் அஞ்சாதே படத்தில் அவர் ஏற்ற பெண்மோகி கதாபாத்திரத்தை

அத்தனை நேர்த்தியாக நளினப் படுத்தியிருப்பார் பிரசன்னா. சில இடங்களில் சின்ன வயது கமல்ஹாசனை நினைவுபடுத்தியது அவருக்கு ப்ளஸ் தான்... கடைசியாய்க் கொல்லப் படும் வரை பார்வையாளர்களை அதிர்ச்சியிலேயே வைத்திருந்தது ப்ரசன்னாவின் நாயக முன் வரலாற்றைத் தாண்டிய வெற்றிகரமே.

கமல்ஹாசனின் விருமாண்டி, தரணியின் தூள் ஆகிய படங் களில் நடித்த பசுபதி தன் கண்களாலேயே பெரும்பான்மை நடித்து விடுபவர். தன் மொத்த உடல்மொழி யையும் கட்டுக்குள் கொண்டு வந்து நடிக்கும் ஆற்றல் எல்லோர்க்கும் கை வருவதில்லை. அந்த வகையில் பசுபதியின் பாத்திரமேற்பு எப்போதுமே ஒரு நடனக்கலைஞரின் மேடையாட்சி போலவே தோன்றும். அத்தனை கச்சிதமாய் அவரது கண்களும் உடலும் நடித்துக் கொடுக்கும்.

இன்னுமொரு குறிப்பிடத் தகுந்தவர் டேனியல்பாலாஜி. பொது வாகவே வில்லன்கள் தேவைப்படுகையிலெல்லாம் கமல்ஹாசன் ஒரு நல்ல நடிகரை இனம் காணுவார். தமிழ் சினிமாவுக்கு அவரால் ஆன கைங்கர்யங்களில் இதனை முக்கியமானதாய்ச் சொல்லலாம். அந்த வகையில் டேனியல் பாலாஜி வேட்டையாடு விளையாடு படத்தில் ஏற்றது

ஒரு மருத்துவ மேற்படிப்பு மாணவர் வேடம். அதாவது படித்த வெர்சஸ் படித்த என்னும் வகைமையில் போலீஸுக்கு வில்லனாக டாக்டர் என்று கற்பனை செய்த கௌதம் மேனனின் எதிர்நோக்கல் கொஞ்சமும் ஏமாற்றம் அடையவில்லை எனலாம். டேனியல் பாலாஜி நம் கண்களுக்குத் தெரியவே இல்லை. தெரிந்தது டாக்டர் அமுதன் மட்டுமே.

தம்பிராமையா துணைத் தலைமை ஆசிரியராக நடித்த சாட்டை படத்தை தவிர்க்க இயலாது. பார்வையாளன் கண்களில் ஒரு பள்ளிக்கூடத்தையும் ஒரு முட்டுக்கட்டை ஆசிரியரையும் அத்தனை நேர்த்தியாகக் கொண்டு வந்து நிறுத்திய தம்பி ராமையாவின் பெரும்பலம் அவரது வசனப்ரவாகம். எந்த வசனத்தையும் தன் தனித்த குரலாலும் முகமொழியாலும் தனதாக்கிக் கொள்ளும் சமர்த்தர் ராமையா. கவரவே செய்தார்.

ரௌத்ரம் படத்தில் விஸ்வரூபமெடுத்த சென்றாயன் மௌனத்திலேயே பெரும் பரிமாணத்தை நேர்த்திக் காட்டினார். அவரது பாத்திரத்தை அந்த அளவுக்கு வேறு யாராலும் செய்துவிட முடியாது என்ற அளவில் அத்தனை வெறுப்பை

உமிழ்ந்து காட்டிய அதே சென்றாயன் மூடர்கூடம் படத்தில் ஒரு நகைச்சுவை வில்லனாக வந்தது ஆறுதலுடன் கூடிய மாறுதல். வரும் காலங்களில் இன்னும் கனமான பாத்திரங்களில் சென்றாயனால் மிளிர முடியும் என்பதற்கான சாட்சியங்களும் இப்படங்களே.

அதுல் குல்கர்னி மற்றும் கிஷோர். ரகுவரனின் தொடர்ச்சியாக தமிழில் நடித்துக் கொண்டிருக்கும் இரண்டு வில்லமுகங்களாக இவர்களைச் சொல்ல வேண்டியிருக்கிறது. ஹேராம் படத்தில் அறிமுகமான அதுல் அதன் பின் லிங்குசாமி இயக்கிய ரன் படத்தில் பற்களைக் கடித்தபடி பேசும் மென்மையான கொடூரத்தைப் படமெங்கும் ப்டரவிட்டார்.

அதுவரைக்குமான வில்ல இலக்கணங்களை மாற்றியமைக்கும் வண்ணம் அதுல் குல்கர்னியின் வில்லத்தனம் இருந்தது என்றால் அதை மெய்ப்பிக்கும் இன்னொருவராக கிஷோர் அறிமுகமானது பொல்லாதவன் படத்தில். சென்னை மொழியை அத்தனை நுட்பமாகப் பேசி நடித்த கிஷோர் தமிழுக்குக் கிட்டிய புதுவரவு நடிகர்களில் மிக மென்மையான தன் முகத்துடிப்புக்களாலேயே எத்தனை கனமான பாத்திரங்களையும் அனாயாசமாக நேர்த்திக் காட்டுகிற இன்னொருவர்.

வில்லன்களின் உளவியல் என்ன..? டிரம்களும் கள்ளிப்பெட்டி களும் அடுக்கி வைக்கப்பட்ட ஊரின் எல்லைப்புற குடோன்களில் இருந்தும் மலைப்பாதைகளில் ஒற்றையாய் நிற்கும் மரவீடுகளில் இருந்தும் அவர்கள் மிகவும் நகரமயமாகி இருக்கிறார்கள். அவர் களது மொழி அத்தனை இயல்பானதாயிருக்கிறது. முன்பிருந்த செயற்கைத்தனங்கள் ஏதும் இல்லாத வண்ணம் அவர்கள் தற்போது ரசிக நம்பகங்களுக்குள் உழல்கிறார்கள், அவர்கள் நம்மைப் போன்றவர்கள் தான் என்னும் கச்சிதத்தை வெகுசனங் களின் மனங்களுக்குள் விதைக்கின்றனர்.

வில்லன்கள் நம்மை நெருங்கி வந்தவண்ணம் இருக்கிறார்கள். ஒரு பக்கம் இயல்பான நம்பத் தகுந்த கதாபாத்திரங்களாக அவர்கள் படைக்கப்படுவது ஆறுதல் அளிக்கக் கூடிய மாற்றம். அதனைக் கொண்டாடினாலும் கூடவே இதுவரை நாயகவழிபாட்டிற்குப் பெயர்போன தமிழ் நிலத்தில் மக்களை நெருங்கிவரும் எதிர்நாயகர்களை ஆரத் தழுவுவதிலும் அவர்களை நம்மில் ஒருவர் என்று அங்கீகரிப் பதிலும் இருக்கும் பிரதான சிக்கல்... மக்கள்.

வாழ்க வில்லன்கள்.

## இன்றைய கவிதை

### பேசும் கிளிகள்

பேருருவாக
அதிமனிதனாக
நடிப்பும் சமிக்ஞைகளும் கொண்டு
குரலதிர்வால் ஆள்பவனை
அலட்சியப்படுத்தி
வந்திறங்குகின்றன முற்றங்களில்
பேசும்கிளிகள்

சிவகாமி
கதவடைப்பு
உயிர்மை வெளியீடு.

# 10

# பன்னீரில் நனைந்த மலர்

பூவே பூச்சூடவா என்ற ஒரு திரைப்படத்தை இன்றைக்குப் பார்த்தாலும் ஒரு நாயகனின் தேவையற்ற சில அபூர்வமான படங்களில் ஒன்றாக நம்மால் உணர முடியும். சிறியதொரு கால இடைவெளிக்குப் பிறகு பிடிவாதமான ஒரு பாட்டியாக நாட்டியப்பேரொளி பத்மினி நடித்த அந்தப் படத்தில் தமிழில் ஃபாசில் அறிமுகப்படுத்திய நடிகை நதியா பெண்களின் கனவுக்கன்னியாக மாறியதில் எந்த விந்தையுமில்லை.

நதியா எதை அணிந்தாலும் அது பாணியாகிப் போனது. நதியா உச்சரித்த வார்த்தைகளை ஆண்களை விடப் பெண்கள் மனனம் செய்தார்கள். நதியா கொண்டை முதல் நதியா நகப்பூச்சு வரை சந்தையில் விற்றுத் தீர்ந்தது. எங்கும் நதியா எதிலும் நதியா என தமிழ் மக்களின் குடும்பங்களில் ஒருவராக நினைக்கப்பட்டார் நதியா. இந்த வாக்கியங்களில் ஏதேனும் குறை இருக்கலாம். ஆனால் நிச்சயம் மிகை இருக்காது.

அந்த அளவுக்கு ஒரு காலகட்டத்தை தன் பிடியிலேயே வைத்திருந்த நடிகை நதியா. நிலவே மலரே, அன்புள்ள அப்பா, உயிரே உனக்காக, பூக்களைப் பறிக்காதீர்கள், கண்ணே கலைமானே, பாடு நிலாவே, பூ மழை பொழியுது, சின்ன தம்பி பெரிய தம்பி, உனக்காகவே

வாழ்கிறேன், பூவே இளம் பூவே, பவழமல்லிகை, மந்திரப் புன்னகை என தமிழிலும் நோக்கத்த தூரத்து கண்ணும் நட்டு, கண்டு கண்டறிஞ்சு, கூடும் தேடி, பஞ்சாக்னி, ஷ்யாமா, போன்ற மலையாளப்படங்களிலும் நடித்த நதியா ஒரு பதினைந்து ஆண்டுகாலம் தமிழ் மக்களின் நெஞ்சங்களில் நிறைந்த நாயகியாக இருந்தார் என்பது உண்மையான ஒன்று.

தம் குழந்தைகளுக்கு நதியா எனப் பேர் சூட்டி மகிழ்ந்தனர் தமிழ் மக்கள். நதியாவுக்கு நடிகர்களுக்கு நிகரான ரசிகர் மன்றங்கள் இருந்தது. இத்தனைக்கும் நதியா திரைப் படங்களில் தோன்றிய அனைத்துப் படங்களிலும் சின்னப் பெண்ணாக, துள்ளல் நாயகியாக, காதலியாக, சோகம் ததும்பும் பிரிவுகொண்ட இளம்பெண்ணாக என எல்லா படங்களிலும் மிக சாதாரணமான வேடங்களிலேயே நடித்தார் என்பது கவனத்திற்குரியது. நதியா என்ற ஒரு நாயகி திரையில் தோன்றியதுமே தாங்கள் வசீகரிக்கப்படுவதை ஒவ்வொரு ரசிகனும் விரும்பியே நம்புமளவுக்கு தான் ஏற்றுக்கொண்ட பாத்திரங்களில் தன் நடிப்பை கலந்தே தந்தார் நதியா.

அவரது நடிப்பில் மறக்க முடியாத படங்கள் என்றால் கிட்டத்தட்ட எல்லாவற்றையுமே சொல்லலாம். வெற்றிக்குதிரை நாயகர்களிடம் இருந்து விலகியே இருந்தார் நதியா. கார்த்திக் உடனும் கமல் உடனும் நடிக்கவே இல்லை. கிட்டத்தட்ட தன் திருமண முடிவை எடுத்த காலகட்டத்தில் இயக்குநர் ஆர்.சுந்தர்ராஜனின் ராஜாதிராஜா படத்தில் ரஜினி உடன் இணை சேர்ந்தார் நதியா. அந்தப் படத்தில் ராதா இன்னுமொரு நாயகி. ஆனால் படம் பார்த்த அத்தனை பேருக்கும் அப்படத்தில் வண்ணமயமான பகுதியாக நதியா ரஜினி இணைத் தோற்ற காட்சிகளைத் தான் குறிப்பிடப் பிடிக்கும்.

பத்மினி உடன் பூவே பூச்சூடவாவிலும் சிவாஜி கணேசனுடன் அன்புள்ள அப்பாவிலும் ரஜினி உடன் ராஜாதிராஜாவிலும், விஜயகாந்த் உடன் பூமழை பொழியுது படத்திலும் நடித்தார் நதியா. அத்தனை படங்களும் அவரவர்க்கு வித்யாசமான படங்களாக அமைந்தது. அத்தனை படங்களையும் தனதாக்கிக் கொண்டார் நதியா.அவர் நடித்த பாத்திரங்கள் கல்லூரிப்பெண் சூட்டிகையான பெண், காதலிக்கிற பருவ வயது பெண் என்றாலும் தானணிகிற ஆடைகள் பேசுகிற வசனங்கள், தனது அசைவுகள் என ஒவ்வொன்றிலும் படு கவனமாகவும்

நேர்த்தியாகவும் இருந்தவர் நதியா. அவரளவுக்கு தன் பாத்திரங்கள் தேர்வில் கடுமையைக் கடைப்பிடித்த இன்னுமொரு நடிகையாக ரேவதியை மட்டுமே குறிப்பிட இயலும்.

சின்ன தம்பி பெரிய தம்பி படத்தில் அத்தனை செல்வந்தத்தையும் இழந்து ஏழை மாமன் வீட்டில் வந்து வசிக்கிற நதியாவுக்கு நின்று போன திருமணத்தை மீண்டும் நடத்திவிட முயலும் மாமன்களாக பிரபுவும் சத்யராஜும் நடித்தனர். இருவருமே ஒரு கட்டத்தில் அவரை விரும்ப, பிரபுவை சேர்வார் நதியா. அந்தப் படத்தைப் பார்த்தவர்கள் நதியா நன்றாக வாழவேண்டும் என்று பிரார்த்தித்தபடியே படம் பார்த்தனர் என்பது ருசிகரம்.

உனக்காகவே வாழ்கிறேன் படத்தில் ஒரே விபத்தில் தத்தமது காதலிணையை தொலைத்த சிவக்குமாரும் நதியாவும் சோகம் பொழிந்து உணர்ச்சிக் குவியலாக நடித்த படம்.அப்படத்தை பார்த்தவர்கள் நதியா சிவக்குமார் இருவரின் நடிப்பில் கரைந்து காணாமற்போயினர்.

மந்திரப்புன்னகை படத்தில் நதியா சத்யராஜுடன் நடித்தார். அது ஒரு வெற்றிப்படம். நதியாவுக்கு மேலும் புகழ் சேர்த்தது. தான் நிற்கிற நிலத்தை தனதாக்கிக் கொள்கிற வல்லமை சில அபூர்வ நாயகியருக்குத் தான் வாய்த்தது... பானுமதி ராமகிருஷ்ணா, டி.ஆர்.ராஜகுமாரி, அவர்களிருவருக்குப் பின் நதியா. அவரது வேடங்கள் பெரும்பாலும் பக்கத்து வீட்டுப் பெண்ணை நினைவு படுத்துவதாகவே இருந்தது. அவரது வெற்றி பக்கத்து வீட்டுப்பெண்களத்தனை பேரையும் நதியா போலவே வாழும் ஆவலை அவர்களுக்குள் எல்லாம் விதைத்தது.

நதியாவுக்கென்று ஒரு காலம் அமைந்தது. அவர் நடித்துக்கொண்டிருந்த காலம் முழுவதும் அவர் ஏற்ற வேடங்களும் அவர் மறுத்த வேடங்களுமாகவே இருகூறாய்ப் பிர்ந்தது தமிழ் சினிமா. சமகால நாயகியரான அமலா, குஷ்பூ, கௌதமி, ஷோபனா போன்றோர் இரு விதமான வேடங்களையும் ஏற்கவே நிர்பந்திக்கப் பட்டனர். கவர்ச்சிகரமான உடலழகை வெளிப்படுத்துகிற வேடங்கள் எதையுமே நதியா அண்டவிடவே இல்லை. நதியா தன் முகத்தை தன் ஒல்லியான உடலமைப்பை நம்பினார். மக்கள் நதியாவை மொத்த அழகியாகவே ஏற்றுக் கொண்டாடினர். அவர் ஒரு படத்தின் ஒரு ஃபிலிம் துண்டத்திலும் தன் முடிவை மாற்றிக்கொள்ளவே இல்லை.

இறுதிவரை வெற்றிகரமாகப் பயணிக்கிற சூட்சுமத்தை நதியா அறிந்தே வைத்திருந்தார். அவர் பரபரப்பாக இருந்த காலகட்டத்திலேயே திருமணம் செய்துகொண்டு திரைவாழ்வை உதறினார். நதியாவை அழியாத கோலங்களிலொன்றாக மறக்க இயலாத பொக்கிஷமாக போற்றலாயினர் தமிழ்மக்கள்.

அவர் ஒரு காலகட்டத்தின் நாயகி. அவர் புகழின் உச்சியில் இருக்கையில் திருமணம் செய்துகொண்டு படங்களில் நடிப்பதை விட்டுவிலகிய பின் சற்றேறக்குறைய பதினோரு ஆண்டுகள் கழித்து ஒரு இளம் அம்மாவாக அப்போதைய அறிமுக நாயகனான ஜெயம் ரவிக்கு அம்மாவாக 2004 ஆமாண்டு வெளியான எம்.குமரன் சன் ஆஃப் மகாலட்சுமி என்னும் படத்தில் மீண்டும் வந்தார். வெற்றிகரமான குடும்ப வாழ்க்கைக்கு பின் மீண்டும் நடிக்க வருகையிலும் வசீகரம் குறையவே இல்லை என மீண்டும் ஒரு முறை நிரூபித்தார்.

தொலைக்காட்சி நாடகங்களுக்கு தம்மை ஒப்புவித்த காரணத்தால் திரை அரங்கங்களுக்குப் பக்கத்தில் கூட எட்டிப் பார்க்காத பெண்கள் கூட்டம் "நம்ம நதியா" என்று கொண்டாடியது. ப்ரகாஷ்ராஜ், விவேக், ஜெயம் ரவி என்ற மூன்று நடிகர்கள் இருந்த போதிலும் எம்.குமரன் படம் நூறு நாட்களை தாண்டி ஓடியதன் முக்கிய முதல் முழுக் காரணமும் நதியா. மீண்டும் வந்த நதியாவை விட்ட இடத்தில் இருந்து ரசித்துப் போற்றினர் தமிழ்மக்கள். ஒரு படம் இன்றுடன் கடைசி என்று அறிவித்த பின்னரும் கூட்டம் வந்தது எம்.குமரனுக்கு தான்.

நதியா அதன் பின் நடித்த தாமிரபரணி படத்தில் பிரபுவைப் பிரிந்த மனைவியாக நடித்தார். அப்படத்தில் அவரும் பிரபுவும் இணையவேண்டும் என்று ரசிகர் கூட்டம் நினைத்த புள்ளியில் அப்படமும் வெற்றிபெற்றது. அதன் பின்னரும் சண்டை போன்ற படங்களில் நடித்தார் நதியா. இன்றைக்கும் நதியா அழகான கண்ணியமான ஏதேனுமொரு பாத்திரத்திற்கு உயிர் ஊட்டிக்கொண்டிருப்பார்.

நதியா என்று சொன்னாலே நமக்கு புன்னகையுடன் கூடிய அன்பு ததும்பும் முகம் தோன்றும். எல்லாப் பெண்களும் தேவதைகளாகிவிட முடியாது.. போலி தேவதைகளுக்கு மத்தியில் நிஜமானதொரு நட்சத்திரம் நாடியா மொய்து என்ற இயற்பெயர் கொண்ட நதியா. மறக்கவும் புறக்கணிக்கவும் முடியாத மகாநடிகை..

## இன்றைய கவிதை

பழம் அரிந்த கத்தியின்
கூர்விளிம்பில்
வாசத்தை நக்கியபடி ஊர்கிறது
எறும்புகள்

அமிர்தம் சூர்யா
பகுதி நேரக் கடவுளின்
நாட்குறிப்பேடு

11

# கனவென்பது பெரிய கடவுள்

கனவின் உச்சபட்சம் எது? ஒவ்வொரு வருக்குமான காத்திருத்தல் தேடல் எதிர்பார்ப்பு லட்சியம் தவம் தீராத தாகம் என்றெல்லாம் பொதுப்பொருள் கொண்டு சின்னதும் பெரியது மான குறிப்பிடல்களில் அன்றாடம் கடந்து கொண் டிருக்கிற வார்த்தை தான் கனவு.உறக்கத்தில் காண்கிற கனவு அல்ல. என்னவாக இருக்கிறோம் என்னவாக விரும்புகிறோம் ஆகிறோமா இல்லையா என்பது கிறக்க்கமான தகவல். உலகத்தை ஜெயிக்கிறதற்காகக் கிளம்பியவன் வீடு திரும்பாமல் மரித்துப்போயிருக்கிறான். அமைதிப் படையில் வரும் அம்மாவாசை நாகராஜசோழன் எம்.எல்.ஏ ஆக உருவெடுத்தது புனைவு என்றாலும் அதனுள் இருந்த நடத்திக் காட்டுதல் கவனத்திற்குரியது.

அவரவர் வாழ்க்கை அவரவர் சரித்திரம். இச்சை என்பது துவக்கம். இச்சை விருப்பம் இவையெல்லாம் தாண்டி கனவொன்றை வெறியாக மாற்றிக் கொண்டு ஒற்றைப் புள்ளியை சென்றடைந்தே தீரும் வெறியில் எத்தனை எத்தனை உதவி இயக்குநர்கள் நடிப்பாசை மிக்கவர்கள், நாளைய பாடலாசிரியர்கள் பாடகர்கள் என எத்தனை எத்தனை பேர் சென்னை வீதிகளில் வேறு முகம் தாங்கி வேறு வேடம் தரித்து கண்களில் கனவைத் தேக்கிக் கொண்டு கையில் கிடைத்ததை எல்லாம்

செய்து ஜீவாதாரத்தை நகர்த்தி திரிகின்றனர். இதனை நான் எழுதிக் கொண்டிருக்கிற இந்த இரவு சென்னையை நோக்கி நாட்டின் பல பாகங்களில் இருந்தும் நகர்ந்து கொண்டிருக்கிற பேருந்துகளிலும் ரயில்களிலும் பைக்குள் கனவைப் பத்திரம் செய்துகொண்டு சாதித்து விட்டுத் தான் ஊர் திரும்புவோம் என்று உறக்கம் வராமல் திறந்த விழிகளில் நிலைத்த பயத்தொடு நகர்ந்துகொண்டிருக்கிறவர்கள் எத்தனை பேர்?

இவற்றையெல்லாம் பார்க்கையில் சொல்லத் தோன்றுவது ஒன்றே ஒன்று. “கனவு என்பது பெரியகடவுள்.” நாத்திகத்துக்கு இடமேதும் இல்லாத வேறு மதம் கனவோடு இருத்தல். வாழ்தல் இனிது. மேலதிகமாக சற்றே திருத்தினால் சாகும் வரை நீர்த்துப் போய்விடாத கனவு ஒன்றிற்கு நீரூற்றி வாழ்தல் இனிது என்பேன் .அவரவர் கனவு அவரவர் வென்றெடுக்க வாழ்த்துகிறேன். எனக்கொரு பெருங்கனவு உண்டு என்னும் உயிருயர் தகுதியில்.

எஸ்.வி.ராஜதுரை எழுதிய கல்தெப்பம் கலை இலக்கியம் அரசியல் அடையாளம் பதிப்பித்திருக்கிற முக்கியப் புத்தகங் களில் ஒன்று, மனிதர் கையில் கிடைத்ததையெல்லாம் எடுத்து கம்பு சுழற்றுகிற விற்பன்னர். பாதுகாக்க வேண்டிய புத்தகம்..

**க**ம்பீரமான நடிகர் என்றதும் யார் யாரெல்லாம் நினைவுக்கு வருகிறார்கள்..? ஆஜானுபாகுவாகத் தான் இருக்கவேண்டும் என்பது கட்டாயமல்ல. எஸ்வி சுப்பையாவும் ஷாயாஜி ஷிண் டேயும், பட்டாளத்தான் விஜயனும், அஜய்ரத்னமும், கேப்டன் ராஜுᵘம் கஸான் கானும், மேஜர் சுந்தரராஜனும், எஸ்.வி.ரங்கா ராவும், ராஜ்கிரணும், கராத்தே மணியும், தியாகராஜனும், பீலிசிவமும், சமீபத்து சம்பத்ராமும் தமிழில் குறிப்பிடத்தக்க கம்பீரமான நடிகர்கள் எனலாம். இன்னமும் இப்பட்டியல் பெரிய்யது.சொல்லியிருப்பது சின்னஞ்சிறியது.

என் கைக்குள்ள இருக்கிறதைக் கண்டுபிடி என்று சிறுபிள்ளாய் காலத்தில் நீங்கள் விளையாடியதுண்டா..? ஆம் என்று பதில் சொல்கிறவர்கள் அனைவருமே கலைஞர்கள் தான். காலரைத் தூக்கி விட்டுக்கொண்டு சொல்லுங்கள். கலைஞேண்டா..என்று..

ஆய கலைகள் அறுபத்தி நான்குக்குள் ஒன்றாக வரும் கலை முஷ்டி என்ற பேரில் வருகிறது. வசியம், சூனியம், கூடுவிட்டுக் கூடு பாய்வது, ஆகாயப் ப்ரவேசம் என்றெல்லாம் இருக்கிற

*64 பட்டியல் படிக்கையிலேயே கண்ணை இருட்டிக்கொண்டு வருகிறது. கவர்ச்சி என்றொரு கலையை மட்டும் யார் செய்து காண்பித்தாலும் நான் பார்க்க மட்டும் தயார்.*

*பாரதி கிருஷ்ணகுமாரின் பன்முகத்தில் ஒருமுகம் எழுத்தாள அடையாளம். அவரெழுதிய கோடி என்ற சிறுகதை ஆனந்தவிகடனில் வெளியானதற்கு இந்த வருடத்தின் சிறந்த சிறுகதைக்கான இலக்கிய சிந்தனை விருது அறிவிக்கப் பட்டிருக்கிறது. அவருக்கு என் வாழ்த்துக்கள். தகுதி மிக்கதொரு கதை. ரூட்ஸ் பதிப்பக வெளியீடான அப்பத்தா சிறுகதைத் தொகுப்பில் இடம் பெற்றிருக்கிறது. படிக்காத அன்பர்கள் வாங்கிப் படிக்கலாம். முக்கியமானதொரு தொகுப்பு.*

*எனக்கு விவரம் தெரிந்த காலத்தில் இருந்தே எனக்கு டி.ஆர்.ராஜகுமாரியை மிகமிகப் பிடிக்கும். அதற்குப் பின் வந்த பல அழகியர்களிடத்தில் தேடிக்கொண்டே இருக்கிறேன் ராஜகுமாரியை. குலேபகாவலி என்றால் ஏதோ லாலாக் கடை லாலிபட்சணம் நினைவுக்கு வரும். இன்றைக்கு வரை அப்படியென்றால் என்னவென்று தெரியவில்லை. அர்த்தம் சொல்கிறவர்கள் பேரில் அர்ச்சனை செய்வேன் எங்களூர்ப் பிள்ளையார் கோயிலில். இன்றைக்கு ரொம்ப நாள் கழித்து பாம்புக்குட்டி வந்திருந்தான் என்னைப் பார்ப்பதற்கு. அவனிடம் கணிணித் திரையில் ராஜகுமாரியை காட்டினேன்... ''எவ்ளோ அழகுன்னு பார்த்தியாடா..?"என்று கேட்டேன். அவன் அதற்கு என்னிடம் "அமலா பாலைவிடவா? என்றான். எனக்கென்ன பிரச்சினை என்று தெரியவில்லை. எனக்கு அமலா பாலையும் மிகவும் பிடிக்கத் தான் செய்கிறது. ஆனால் அவனுக்கு ஏன் ராஜகுமாரியைப் பிடிக்கவில்லை? கேட்டே விட்டேன். அவன் கோணாலாய்ச் சிரித்தபடி.. ''நான் யூத்து. நீங்க யூத்து மாதிரி" என்றான். யோசிக்கிறேன்.*

**இன்றைய பாடல்**

ஆராதனை படத்தில் இரண்டு பாடல்கள். ராதிகா என்னும் மகாக்குரலழகி நிறைய்ய பாடவில்லை தமிழில். ஆனால் நிறைவாகப் பாடியவர். என் மனம் கவர்ந்த நிரப்புதல்கள் ராதிகாவால் பலசமயங்களை அலாதி அழகாக்கி இருக்கின்றன. அவருக்கு நன்றி. இளம்பனித் துளிவிழும் நேரம் என்ற பாடலில்

ராதிகாவின் குரல் ரஸவாதம் புரியும். இளையாராஜாவும் (இளையா தான்.) தன் பங்கிற்கு மயக்கக் கிறக்கத்தை கொடுத்து கெடுத்த உறக்கப் பொழுதுகள் பலப்பல. கேளாதோர் கேட்டால் பிரமிக்க வைக்கும் இப்பாடல்.

அதே படமான ஆராதனையிலேயே ஒரு குங்குமச்செங்கமலம் என்றொரு பாடல். பாலு சிக்சர் அடித்திருப்பார். இப்பாடலின் பல்லவி பெண்ணொருத்தியின் கர்ப்ப கால வாழ்த்துதல்.முதல் பல்லவி மகன் பிறந்த கொஞ்சுதல் .இரண்டாம் பல்லவி அவன் வளர்ந்து அவன் குழந்தை பிறந்து அதனைக் கொஞ்சுதல் அது வரைக்குமான கணவமனைவியின் அன்பின் பரிணாமங்கள் கசிந்து உருகி வழியும் பாடல். இராத்திரிகளில் கேட்டால் பிரத்யேகமாய் மழைவரும் நமக்கு மட்டும்.

**MAN MACHINE** என்றொரு ஆல்பம். வெளியான ஆண்டு 1971. எதிர்காலத்தின் இசை என்று விளம்பரப்படுத்தப்பட்டது அப்போது. இன்றைக்கும் கேட்டுப் பார்த்தால் எதிர்காலத்தின் இசையாகவே தன்னைத் தக்கவைத்துக்கொண்டிருப்பது புரியும். ஆச்சரியமான இசை.

## 12

## சூத்திரத்தின் தொடர்ச்சி

**மின்**வெட்டு பல வேலைகளைப் புரட்டிப் போடுகின்றது. முந்தா நாளில் இருந்து விட்ட இடத்தில் இருந்து CARANDIRU என்ற ப்ரேசில் நாட்டுப் படத்தை பார்ப்பதற்கான சூழல் வாய்க்கவே இல்லை. கொஞ்ச நேரம் பார்த்ததை வைத்து எதையும்சொல்ல இயலாது என்றாலும் காட்சிப் படுத்தலில் மிக முக்கியமானதொரு படம் கராந்திரு என்றே நான் சொல்வேன்.

**கோ**டுகளின் ராஜகுமாரன் ஞானப் பிரகாசம். வளர்ந்து வருகிற ஓவியர்களில் முக்கியமானதொரு ஓவியன். அடியேனுக்கு ஓவியம் பற்றி ஓரளவுக்குத் தெரியும் என்ற அடிப்படையில் என்னை ஞானப் பிரகாசம் புகைப் படத்தை வைத்துக்கொண்டு போர்ட்ராயிட் செய்தது மிக நன்றாகவே வந்திருந்தது என்றே கருதுகிறேன். ஞானப்ரகாசத்தின் ஓவியம் பற்றின தீர்க்கமான புரிதல்களும் அவரது அயராத காதலுடன் கூடிய உழைப்புமாய்ச் சேர்த்து அவரை பிரகாசமானதொரு உலகப்புகழுக்கு முன்ன கர்த்தும் என்பதில் எனக்கு சிறு சந்தேகமும் இல்லை.. சிம்புவை சொல்கிறாற்போல் சொல்ல லாம். விரல்வித்தைக்காரன்.

**கண்**மலர்களின் அழைப்பிதழ் என்ற பாடலுக்கு தைப்பொங்கல் படத்தில் ராதிகாவோடு ஆடிப்பாடி நடித்த சக்கரவர்த்தி ஒரு திறமையான

நடிகர் என்பதை அவர் சிவாஜியோடு நடித்த ரிஷிமூலம் ஒன்றே நிருபிக்கும். அவர் அதன் பின்னர் சில படங்களில் நடித்தார். காணாமல் போனார்.

பொய்க்கால் குதிரையில் கே.பாலச்சந்தர் அறிமுகப்படுத்தின ராமகிருஷ்ணா இன்னு மொரு நல்ல நடிகர். அவர் அதன் பின்னர் எதுவும் நடிக்கவில்லை என்றே நினைக்கிறேன். இன்றைக்கு ரஜினி மாதிரியே தன் குரலை தொனியை எல்லாம் மாற்றிக்கொண்டு விட்ட ரஜினியின் மைத்துனராகிய ரவி ராகவேந்தர் என்ற ராகவேந்தர் நல்லதொரு நடிகர். இன்னமும் ஒரு அல்லது சில படங்களில் மாத்திரம் பரிமளித்து காணாமற் போன பாதி நட்சத்திரங்களைப் பற்றி யாராவது நினைத்தாவது பார்ப்பார்களா..?

சினிமாவில் வெல்வது என்பது சத்தியமாகத் திறமை மட்டும் சார்ந்தது அல்ல... அதிர்ஷ்டம் என்றெல்லாம் கதைக்க மாட்டேன். வாய்ப்புக்கள் என்பது பல மறுதலிப்புக்களுக்கு மீறிக் கையில் கிடைப்பது.தனி நபர் குணங்கள் போன்ற எண்ணிலடங்கா கண்மறைவுக் கண்ணிவெடிகளைத் தாண்டிக் கொண்டே ஓடி முன்னால் வருகிற குதிரைகள் மட்டும் தான் இங்கே ஜெயிக்கிறதாக அர்த்தம்.

சினிமா உலகம் உள்ளே இருளும் வெளியே நிழலுமாகப் புரிந்துகொள்ளக் கடினமான மிருகம் தான். இதில் தகுதியுள்ளவர் தப்பி பிழைப்பர் என்ற பொதுக் கூற்றுக்கெல்லாம் இடமே இல்லை. வெற்றிக்கான வழி என்பது வென்றவர் வென்ற பின் சொல்லும் கதையே அன்றி ஒருபோதும் ஒரு சூத்திரத்தின் தொடர்ச்சியல்ல சினிமாவில் வெல்வது.

## இன்றைய ஆல்பம்

சுரேஷ் பீட்டர்ஸ், தனது வித்யாசமான குரலால் சில பூச்சாண்டிப் பாடல்களின் மூலமாக 90களில் ஏ.ஆர் ரஹமானால் அறிமுகமானவர். அவரே ஒரு இசை அமைப்பாளர் என்பது வேறு கூடுதல் தகவல். இவர் இசையமைத்து 90களின் மத்தியில் வெளியான மின்னல் தமிழில் ஒரு அபூர்வமான இசைக்கோர்வை.

அதிலும் குறிப்பிடத் தக்கது இந்த ஆல்பத்தின் "இதுவானம் சிந்தும் ஆனந்தக் கண்ணீர்... இதற்காகத் தானே.. இந்த பூமி

அழைத்ததோ கண்ணே..." என்ற பாடல். மழை நேரத்தில் தனிமையில் கண்களை மூடிக்கொண்டு இந்தப் பாடலை சற்று சப்தமௌனமாக ஒலிக்க விட்டு கேட்டுக்கொண்டிருந்தால் ராஜபக்ஷே ரகத்தினர் தவிர மற்றெல்லார்க்கும் கண் தாரை கிளம்பி தரை தொடும். அற்புதமான பாடல்.

### இன்றைய கவிதை

#### போக்கு

வந்து விழுகிற
எல்லாக் கற்களும்
விழுந்த இடத்தில்
மூழ்கிக் கிடக்க
தன் போக்கில்
போய்க்கொண்டிருக்கிறது நதி

இளம்பிறை
நீ எழுத மறுக்கும் எனதழகு.

# 13

# மாச்சரியமற்ற தெய்வங்கள்

நகைச்சுவை திரைப்படங்களால் யாருக்கு என்ன கேடு என்று நேற்றைக்கு ஒரு உதவி டைரக்டரிடம் கேட்டேன். அவர் என் நண்பரின் நண்பர் எங்களுக் கிடையிலான உரையாடல் சினிமாவை சுற்றிச்சுற்றி வந்தது. இரண்டு மணி நேரங்கள் நானும் பிசாசுக்குட்டியும் மதுரை தங்கரீகல் த்யேட்டர்க்கு எதிர்ப்புறம் உள்ள ஜம்ஜம் டீக்கடை வாயிலில் நின்றபடி அந்த 2 உதவி இயக்குந நண்பர்களிடம் பேசிக்கொண்டிருந்தோம். நான் சொல்வ தெதையும் ஒத்துக் கொள்ளும் சிண்ட்ரோமே வாய்க்கப் பெறாத பாம்புக்குட்டி நேற்றைக்கு ரொம்ப அபூர்வமாக சில விஷயங்களில் என் னோடு ஒத்துப்போனது எனக்கு பயசந்தோஷமாக இருந்தது.

ஒவ்வொரு காலகட்டத்திலும் நகைச்சுவைப் படங்கள் பெரும்பாலும் திசைதிருப்புப் படங்க ளாகவே புழுதி கிளப்புவது சகலநிலங்களிலும் சினிமா ஆகமங்களில் ஒன்று. அதாகப் பட்டது கோடம்பாக்கமே காதல் கிறக்கமோ அல்லாது அரிவாள் ரத்த வெறியோ கொண்டு வரிசைவஸ்துக்களாகப் படம் பண்ணி வெளியே அவற்றை மேய விட்டுக் கொண்டிருக்கும் .திடீரென்று ஒரு படம் வரும். மொத்த பாக்கத் தையே திருப்பி வைக்கும் அளவுக்கு மெகா ஹிட்டாகி ஏன் ஓடுகிறது என அதற்கும்

தெரியாமல் அதை எடுத்தவர்களில் இருந்து துவங்கி பார்க்கிற ரசிகமஹானுபாவர்கள் வரைக்கும் தலையைப் பிச்சிக்க வைக்கும் அந்தப் படத்தில் அப்படி என்ன தான் இருக்கிறது என்று யோசித்தால் நகைச்சுவை மற்றெல்லாவற்றையும் விட தூக்கலாக்ரமிப்பாக இருப்பது புரியும். பிறகென்ன..? வரிசையாக கிச்சுகிச்சு படங்கள் வர ஆரம்பித்து குமரியைக் கிழவியாக்கு மளவுக்குப் பார்க்கிறவர்களை பைத்தியம் செய்து பின்னரே ஓயும் **.COMEDY TREND SETTERS** என்று சொல்லக் கூடிய தனிரகம் நகைச்சுவை. மேலோட்டமாக சொல்வதானால் நகைச்சுவை படங்களில் லாஜிக் உள்ளிட்ட பலதும் இல்லை எனத் தோன் றும். ஆனால் நகைச்சுவைப் படமெடுக்கிறது எவ்வளவு சிரமம் என்பது அதை முயல்கிறபோது தான் தெரியும்.

நல்ல நகைச்சுவையாகப் பேசுகிறவர்கள் மாச்சரியமற்ற தெய்வங்களாக எல்லாராலும் கொண்டாடப் படுவதற்குக் காரணமும் இதே. எல்லாராலும் சிரிக்க வைக்க முடியாது. மதன்பாப், கிருஷ்ணமூர்த்தி, தம்பிராமையா, தாமு, சின்னிஜயந்த் என எவ்வளவு உபதெய்வங்களைத் தாண்டி வடிவேலரும் விவேகரும் கவுண்டரும் செந்திலும் சந்தானரும் பெருங் கடவுளராயினர் என்றால் அதற்குப் பின் கண்ணுக்குத் தெரியாமல் எவ்வ்வளவு உழைப்பு இருக்கிறது என்பது முக்கியமானது. நினைவுக்குத் தெரிந்து பலே பாண்டியா அற்புத அனுபவம். சபாஷ் மீனா இன்னுமொரு சுவை. பலே பாண்டியாவில் சிவாஜியும் எம்.ஆர்.ராதாவும் என்றால் சபாஷ்மீனாவில் சிவாஜியும் சந்திரபாபுவும். ஊட்டிவரை உறவு சிவாஜி, முத்துராமன், பாலையா என்றால் காதலிக்க நேரமில்லை படத்தில் திரைச்சீலை எல்லாம் சிரிக்க வைத்தது என்றால் அது மிகை அல்ல... அதைக்கொண்டாடும் வண்ணம்,

என் காமெடி டாப் 20... எல்லாமே நம்பர் ஒன் தான்.

1. காதலிக்க நேரமில்லை படத்தில் வருகிற பாலையாவுக்கு நாகேஷ் கதை சொல்லும் காட்சி

2. திருவிளையாடல் படத்தில் வருகிற தருமி புலம்பல் காட்சி

3. கலாட்டா கல்யாணம் படத்தில் வருகிற நாகேஷ் மனோர மாவை இம்ப்ரெஸ் செய்வதற்காக செய்யும் நாடக காட்சி4

4. அன்பேவா படத்தில் வருகிற நாகேஷ் எம்ஜியாரிடம் அவர் பங்களாவையே வாடகைக்கு விடும் காட்சி.

*5.* டூப் அடிக்க விடமாட்டேங்கறானே...” கல்யாணப் பரிசு தங்கவேலு.

*6.* தில்லுமுல்லு படத்தில் தேங்காய்ஸ்ரீனிவாசன் மற்றும் ரஜினி சௌகார்ஜானகி சந்திக்கும் ரஜினி வீட்டுக் காட்சி..”அம்மா ஆனாலும் நீங்க அநியாயத்துக்கு குளிக்கிறீங்கம்மா...”

*7.* சபாஷ்மீனாவில் “என்ன சிகரட் சார் வேணும்” என்று சிவாஜியின் அப்பர் டிரைவர் வேஷத்தில் கேட்க சிவாஜி அண்ட் சந்திரபாபு அலறும் காட்சி.

*8.* உதயகீதம் படத்தில் செந்திலின் திருவிளையாடலுக்கு அப்புறம் படுமுடிச்சு போட்டதால் கோவணம் தப்பித்ததாக கல்லாப்பெட்டி சிங்காரம் கவுண்டரிடம் சொல்லி அழும் காட்சி.

*9.* அண்ணே அவங்க வர்ல..?என்று அப்பாவித்தனமாக அல்வா மல்லியப்பூ வாங்கிச்சென்று கோவைசரளாவை ஆத்தங் கரைக்கு அழைத்து அடிவாங்கிய பின்னரும் கவுண்டரிடம் கேட்கும் செந்தில்.

*10.* கரகாட்டக்காரன் வாழைப்பழ காமெடி.

*11.* தங்கச்சியை நாய் கடிச்சிட்சிபா... என்று கதை சொல்லும் ஜனகராஜ் படிக்காதவன்

*12..* இதயத் தாமரை படத்தில் வெடியை சிகரட்டுக்குப் பதிலாக பற்றவைக்கும் முன் அளக்கும் ஜனகராஜ்.

*13.* நீ சிவா இல்லைன்னு மட்டும் சொல்லிடாதடா... வாலி படத்தில் விவேக்

*14.* பராசக்தி வசனத்தை உல்டா செய்யும் சென்னை என்னைப் போடா என்றது விவேக்

*15,* கண்ணாத்தாள் படத்தில் வரும் சூனா பானா வடிவேலு ஆடு களவாண்ட பின் ஊர் கூட்டத்தை கலைத்த பின் தன்னை சந்தேகிக்கும் பெரியவரை கலாய்க்கும் காட்சி

*16.* கையைப் பிடிச்சு இழுத்தியா.. என்ன கையை பிடிச்சு இழுத்தியா..? வடிவேலுவின் நேசம்புதிசு காமெடி

*17.* வெ.ஆ.மூர்த்திக்கு ஷேம்பூவை மாற்றி வைக்கும் கவுண்ட மணி. .நட்டுக்குத்தல் தலையோடு வெளியே வரும் மூர்த்தி படம் வேதம்..”இதென்ன மிருகம்னு தெரியலை.. பட்..இதோட கண்ட்ரி மட்டும் கன்ஃபார்மா... ஆஃப்ரிக்கா...”

*18.* ஆண்பாவம் படத்தில் வரும் முட்டிருச்சா...இப்ப முட்டிருச்சிங்க..” பாண்டியராஜன்

*19. வின்னர் படத்தில் வரும் கைப்புள்ள கட்டத்துரையிடம் பன்ச் டயலாக் அடிக்கும் காட்சி*

*20. நீ என்ன அவ்ளோ பெரிய அப்பாடக்கரா... சந்தானம் பாஸ் என்ற பாஸ்கரனில்...*

*ஹப்பா.... எவ்ளோ பெரிய்ய மாத்திரை..?*

*தில்லுமுல்லு, பொய்க்கால்குதிரை, நடிகன், மைடியர் மார்த்தாண்டன், உள்ளத்தை அள்ளித் தா, சுயம்வரம், ஆண்பாவம், பாமாவிஜயம், மணல்கயிறு, இம்சை அரசன் 23ஆம் புலிகேசி என அந்தந்த காலகட்டங்களைப் புரட்டியும் இன்றைக்கும் புரளாமல் இருக்கிற பல நகைச்சுவைப் படங்கள் மனதில் ரம்யமாய் வலம் வருகின்றன. நினைத்தாலே சிரிக்கும் இனிக்கும் படங்கள் இவ்விவை.*

## இன்றைய கவிதை

### தாய்மை

செதுக்கப்படாத

கல் ஒன்று

புரண்டு புரண்டு

படுக்கிறது

இன்னொரு

கல்லைச்

செதுக்கிக் கொண்டே

**சுகிர்தராணி**

**அவளை மொழிபெயர்த்தல்**

**காலச்சுவடு வெளியீடு**

*உக்கிரமும் கோபமும் சொல்லவந்ததை உறுதியுடன் இயம்பும் பாங்கும் சுகிர்தராணியின் கவிதாவுலகின் இயல்புகள்.. கச்சிதமான கவிதைகள்.*

# 14

# கலைந்த இசைக் குறிப்புகள்

சமூகத்தின் உள்ளும் புறமும் எக்கச்சக்கமான மாற்றங்கள். பொருளாதார மாற்றங்களும் உலகமயமாக்கலும் ஒரு பெருஞ்சுவரைத் திறந்து விட்டதில் பல நாட்டு நிறுவனங்கள் ஒரு பரந்த நிலத்தை தத்தமது கோரப்பசிக்கு இரையாக்கிக் கொள்ளத் துடித்தபடி உள்ளே நுழைந்தன. அன்னிய நாட்டின் கம்பெனிகள் மீது நடுவர்க்கத்தினர்க்கும் கீழ்த் தட்டு மக்களுக்கும் ஆர்வத்தை ஏற்படுத்தியே ஆக வேண்டிய நிர்பந்தத்தில் அவை மெல்ல நம் தேசத்தின் பிரபலங்களை தத்தமது தயாரிப்புத் தூதுவர்களாக நியமித்தன.வென்றவர்கள் சொல் அம்பலம் ஏறியது.

தேவைக்கு என்று இருபதாண்டுகளுக்கு முன்னால் தயாரிக்கப் பட்ட மாதாந்திர மளிகை சிட்டைக்கும் இன்றைய பட்டியலுக்கும் ஒப்பீடொன்றை மேற்கொண்டால் எத்தனை தூரம் நாம் பொருட்களால் அவற்றைத் தயாரிப் பவர்களால் சூழப்பட்டிருக்கிறோம் என உணர முடியும். தினமும் கடைகளுக்கு செல்வது என்பது இன்றைய தலைமுறையினருக்கு சாதாரணச் செயலாக மாறி விட்டிருக்கிறது. இந்த பூதக் கதையின் ஆரம்பம் அத்தனை அன்பான தாயிருந்தது மெல்ல முடிவுக்கு வருவதும் பூதத்தின் நிஜம் உரைக்கையில் ஒன்றும் செய்யவியலா அடிமைகளாக பெயரற்றவர்களாக மாற்றப்பட்டுப் பலதூரம் பயணித்துவிட்டதும் தெரியவரும்.

தன் சுயத்தை வேரறுக்கையில் கவிஞன் பெரும்பாலும் அகச்சிக்கலைப் பற்றிப் பேசுகிறவனாக இருக்கிறான். அது தவறுமல்ல. ஆனால் அந்நிலையில் வெளிப்படும் கவிதைகள் பெருமளவு குவிந்த கவிதைகளாக நேர்ந்துவிடுபவை. இவ்வகைமையில் சாராத கவிதைகள் அகச்சிக்கலை அரசியல் பூர்வமாக அணுகுகையில் அக்கவிதைகளுக்கு உலகாய முகாந்திரம் நேர்ந்துவிடுவது இயல்பாகிறது. குவிந்த கவிதை களுக்கு மாற்றான இவ்வகைக் கவிதைகள் வெகு சிலராலேயே எழுதப் படுகின்றன. இவ்வகைக் கவிதைகளுக்கு என்று ஒரு தனித்த தொகை நூல் ஒன்றை ஏற்படுத்தி வெளியிட்டால் அது காலகாலத்துக்கு நிற்கக்கூடியது.

பொதுவெளி என்பதன் அர்த்தம் அப்படியே இருக்கின்றதா என்ற வினா அப்படியே இருக்கின்றதா என்று சிந்தித்தால் கடந்த இருபதாண்டுகளில் ஏற்பட்டிருக்கிற காலமாற்றமும் வளர்ச்சிகளும் நமக்கு நடுவாந்திரத்தில் நட்டுவைத்திருக்கிற ரகசிய மற்றும் பகிரங்க தெய்வங்கள் எத்துணை என்ற உண்மை முகத்திலறையும். தொலைக்காட்சி என்றால் எத்தனை சேனல்கள்..? பத்திரிக்கைகள் என்றால் ஆண்களுக்கும் பெண் களுக்கும் பலதுறை தனித்த வாசகர்களுக்குமாய் எத்தனை பத்திரிக்கைகள்..? இவை தவிர சினிமா மற்றும் இணைய தளங்கள்.. எத்தனை எத்தனை.? இவ்விவற்றுக்கெல்லாம் ஒவ்வொரு நிகழ்வுக்கும் ஒவ்வொரு படைப்புக்கும் ஒவ்வொரு போட்டிக்கும் ஒவ்வொரு காட்சிக்கும் எத்தனை எண்ணிக்கை யில் மக்கள் தேவைப்படுகிறார்கள்..? இத்தனை அகண்ட பொதுப்பரப்பு சத்தியமாக தொண்ணூறுகளில் இல்லை. அடுத்தடுத்த 10 வீடுகளில் இரண்டிலாவது பத்திரிக்கையில் பரிசுப்போட்டியில் கலந்து கொண்டவர்களும் மூன்று ஆறு வீடுகளிலாவது தொலைக்காட்சி நிகழ்ச்சிகளுக்கு விண்ணப் பித்து விட்டுக் காத்திருக்கிறவர்களும் இருப்பர் நிச்சயம்.

இவையெல்லாமும் திரும்பத் திரும்ப உணர்த்துவது என்ன..? நம்மைத் தீர்மானிக்கிற இடத்தில் முன்பு நாம் இருந்தோம். இன்றைக்கு கண்ணறியா முதலாளிகளும் பொருட்களின் வகைமைகளும் அவற்றில் புழங்குகிற பணமும் நம்மையும் நம் தேவைகளையும் உற்பத்தி செய்கின்றன. தொடர்ந்து உந்தித் தள்ளிக்கொண்டே இருக்கிற கன்வேயர் சாலைகளில் படு பாந்தமாக வாழ்ந்துகொண்டிருக்கிறோம்.

நாற்பதாண்டுகளுக்கு முன்னால் எம்ஜீஆர் என்ற நடிகர் சினிமாவில் உற்பத்தி ஆகி அரசியலில் போட்டியிட்டு முதல்வராக ஆனார். அது பழைய வரலாறு. அது ஒருபுறம் இருக்கட்டும். அன்றைய தினம் தீர்க்கமாக இருந்த சில விஷயங்கள் இன்றைக்குக் கலங்கிய சித்திரங்களாக மாறி இருக்கின்றன. மனசுக்குப் பிடித்தவர்கள் வந்து நம் முன் பல பண்டங்களை நீட்டிக்கொண்டிருக்கிற அபத்தம் அவர்கள் புகழுக்கு நாம் கொடுக்கிற கூடுதல் விலையாகிறது. நமக்கு எல்லாம் இரட்டை நஷ்டமாகிறது. முன் பழைய காலத்தில் சிவாஜியும் எம்ஜீயாரும் வட்டிக் கடைக்கும் நகைக் கடைக்கும் ஒரு கோடி பரிசு நிகழ்ச்சிக்கும் படை, சொறி சிரங்கு தலை வலித் தைலத்துக்கும் பஜ்ஜிமாவுக்கும் விளம்பரங்களில் தோன்றவே யில்லை. போர் நிதி போன்றவற்றிற்காக நேரடியாகவே மக்களை சந்தித்து இருக்கிறார்கள். இறந்தும் வாழ்கிறார்கள்.

சலித்த பண்டங்களாக கலங்கிய சித்திரங்களாக கலைந்துபோன இசைக் குறிப்புக்களாக இன்றைய நட்சத் திரங்கள் திரும்பத் திரும்ப வணிகத் தூதுவர்களாக வந்து செல்வதென்பது சாமான்ய ரசிகனுக்கு அவர்கள் மீதான பிரமிப்பை அதிகரிப்பதற்குப் பதிலாக அவசர சீக்கிரமாக அவர்கள் மீதான காதல்மாயையிலிருந்து வெளியேறச் செய்து விடும் அபாயத்தை ஏற்படுத்தும் என்பது மறுக்க முடியாத உண்மை.

## இன்றைய கவிதை

பயணம்
மழையொடு
மழையில்
மழையாய்

பிஜி சரவணன்
முகில்பூக்கள்

15

# ஒரே ஒரு சுஜாதா

சுஜாதாவோடு நேரில் பழகியதில்லை நான். இருமுறை சற்றுத் தள்ளி வைத்துப் பார்த்திருக்கிறேன். அவ்வளவு தான். எனக்கு அவரை நெருங்கிப் பேசவேண்டும் என்ற ஆவல் கூட எழுந்ததில்லை. என் குடும்பத்தில் ஒருவராக ஞானம் புகட்டிய நல்லாசானாக ஒரு குருநாதருக்குண்டான இடைவெளியில் அவரை தள்ளி தரிசித்ததே போதுமாயிருந்தது. சுஜாதாவை எப்போது ஆரம்பித்தேன் என்பது சுவையான சங்கதி. வழக்கமாக நான் திரியும் மதுரை ந்யூ சினிமா பகுதி பழைய புத்தகக் கடைகளில் அதற்கு முன்னால் என் ஆதர்ச எழுத்தாளர் என்றால் பைண்டு புத்த கங்களில் கலந்துகட்டியாக நிறைய்ய பேரை வாசித்திருந்தாலும் கூட பட்டுக்கோட்டை பிரபாகரின் ஆரம்ப கால எழுத்துக்கள் தான் என்னை ஈர்த்திருந்தன. நான் பிறந்தது 1977. சரியாக 1989 ஆமாண்டு. மேமாத அலசலில் முதல் புத்தகமாக மேகத்தைத் துரத்தினவன் குமுதம் நடத்திய மாலைமதி மாத இதழில் வெளியாகி இருந்தது. அந்த நாவல் என்னை முன்னும் பின்னுமாக ரெண்டாய் வகுத்தது என்றே சொல்லலாம். அதில் வரக்கூடிய அன்பழகன் என்னும் கன்னு, மாணிக்கம், தியாகராஜன் என ஒவ்வொரு அத்தியாயமும் ஒரு கேரக்டரின் அலைதலாக இருக்கும்.பின்னாளில் என் பல இரவுத் தூக்கங்களை தீர்மானித்த

நாவல் அது. பலகீனமான சின்னூண்டு நாவல் தான் என்றாலும் மதம் மாறியவனைப் போல சுஜாதா என்னும் ஒரு எழுத்தாளர் என்னுள் புகுந்து கொண்டார் என்றே சொல்லவேண்டும்.

பிறகு வைரம் பிறகு நில்லுங்கள் ராஜாவே. பிறகு சிவந்த கைகள் அதன் அடுத்த பாகமான கலைந்த பொய்கள்.இப்படி 1989 முடிவதற்குள் அவரது பிசினஸ் ரைட்அப்ஸ் நிறைய்ய கடந்தேன். கணேஷ் வசந்த் இணை எனக்குள் இன்னொரு உலகத்தை செலுத்தியது இன்னொரு கதை. இன்றைக்கு என்னால் திமிர்கலந்த தீர்மானமாக சொல்லிக்கொள்ள முடியும். நான் சுஜாதாவின் மாணவன். அவர் என்ன எழுதினாரோ என்னென்ன எழுதினாரோ எதிலெல்லாம் எழுதினாரோ எல்லாவற்றையும் ஒரு முறை அல்ல பலமுறை வாசித்த கர்வமே என்னளவில் கிரீடமாய்க் கருதுகிறேன்.

சுஜாதாவின் மன உலகம் விசித்திரமானது. அவர் யாராக இருந்தாரோ அல்லது என்னென்ன குணங்களை எல்லாம் கொண்டிருந்தாரோ அவற்றின் கலவையாக அவர் படைத்த பாத்திரம் தான் கணேஷ். தமிழில் என்றில்லை எந்த மொழியிலும் ஒரு துப்பறியும் கதாபாத்திரம் இந்த அளவு விரும்பப் பட்டு கொண்டாடப் பட்டிருக்குமா என்பது சந்தேகமே.. அந்த அளவுக்கு சுஜாதாவுக்கு நிகராக கணேஷையும் வசந்தையும் கொண்டாடினார்கள். கல்யாண வீடுகளில் பொது இடங்களில் அவரிடம் கணேஷ் வசந்த் குறித்தெல்லாம் விசாரிக்கிற அளவுக்கு அதன் கற்பனைத் தன்மையை உதறத் தயாராக இருந்தது ஒரு அஉண்மைக்கு கிடைத்த மகாவரம்.

சுஜாதா யாராக எல்லாம் இல்லையோ அதாவது என்னென்ன குணாம்சங்களை எல்லாம் மற்றவர்களிடம் ரசித்து அவை தன்னிடம் இல்லாத போதும் அவற்றை விரும்பினாரோ அவற்றின் ஒரு கலவைச்சித்திரமாக அவர் படைத்த பாத்திரம் தான் வஸந்த். அவனுக்கு வானமே எல்லை. அவர்கள் இருவரையும் பற்றிக்கொண்டு சுஜாதா பலமுறை சந்தர்ப்ப நாகங்களைத் தீண்டியிருக்கிறார். பல நாகங்கள் அவர்களிருவரையும் மரணவிளிம்புவரை துரத்தியிருக்கின்றன. என்றபோதும் அவர் அவர்களைக் கடைசிவரை உற்சாகமாகவும் இளமையாகவும் வைத்திருந்ததில் வெற்றி கண்டவர். சிறுகதைகளைப் பொறுத்த வரை சுஜாதாவின் பல சிறுகதைகள் துவக்கமும் முடிவும் எதிர்பாராத் தன்மை ஒன்றை ஒரு அதிர்ச்சியை

ஒரு மேதமையை வெளிப்படுத்துகிற அவஸ்தையில் வெற்றி கண்டவை. நூற்றுக்கணக்கான சிறுகதைகள் எழுதி இருந்தாலும் பல விதக் கதைகளை எழுதி இருந்தாலும் கூட அவரது சிறந்த கதைகள் எனப் பட்டியலிட்டால் அவர் இந்த முகாந்திரத்திற்கு எதிராக எழுதிய கதைகளையே சொல்ல முடிகிறது.இது இன்னும் விசித்திரம். ஏன் எனில் பெருமளவு விரும்பப் பட்ட கொண்டாடப் பட்ட சுஜாதா பாணிக்கதைகளை விடவும் அவரது மாற்றுப்பாணிக் கதைகள் எண்ணிக்கையில் பார்த்தால் சொற்பமே. ஆனாலும் அவை இன்னும் விரும்பப் பட்டன.அது வேறுவகை விருப்பம்.

பாலம், சசி காத்திருக்கிறாள், வந்தவன், நகரம், லூயிஸ் குப்பத்தில் ஒரு புரட்சி, எய்தவன், திமிலா, எல்டொராடோ என பல கதைகள் விறுவிறு தன்மை கொண்டவை. யாகம் என்ற கதை எத்தனை பேருக்கு நினைவில் இருக்கும் எனத் தெரியவில்லை. என் அல்டிமேட் சாய்ஸ் அவர் எழுதிய மகா பலி. சுஜாதாவின் வணிக எழுத்துக்கள் தவிர அவர் சீரிய இலக்கியத்தின் மேல் பெருங்காதல் கொண்ட தன்னைத் தானே நியமித்துக் கொண்ட அல்லது வரவழைத்துக் கொண்ட ஒரு துறைத்தலைவர் போலத் திகழ்ந்தார். அவ்விதத்தில் அவர் தன்னை ஒரு பெரும்வாசகராகவே தக்க வைத்துக் கொண்டதில் வெற்றியும் கண்டார். அவருக்கு வாயிலில் நின்றபடியும் உள்ளே சுழன்றபடியும் ஒரு பெருங் கூட்டத்தை அமைதியாய் நேர்மையாய் நெறிப்படுத்துவதில் இருந்த ஆர்வம் கடைசிவரை அந்த மேடையில் தனக்கென்ன இடம் என்று அவர் யோசிக்கவே இல்லை. அதில் முரண்பட்ட பலருக்கும் அவர் பலமூஞ்சி மிருகமாகத் தெரிந்ததும் அவர்கள் யாராலும் அவரைத் தனியாகவும் கூட்டமாகவும் வெல்ல முடியாமற்போனதும் வேறுகதை.

சுஜாதா தன் வாழ்க்கையை ரசித்து வாழ்ந்த ஒருவர் என அவர் எழுத்துக்களின் வாயிலாகவே சொல்ல முடியும். ‘‘அவன் வாங்கிய புத்தகங்கள் அவன் மூளையின் கதம்பத்தைப் பிரதிபலித்தன.” என்று சிவராஜ் என்னும் புனைவு நாயகன் பற்றி நிர்வாண நகரத்தில் அவர் எழுதி இருந்த வாசகம் அவர் பற்றியது தான். அவர் ஒரே நேரத்தில் புத்தகங்களை நோக்கியும் அவற்றிலிருந்து விடுபட்டும் ஓடிய வித்யாசர். ஏதும் போதா மனநிலையும் உயர்ந்ததாயிருக்கும் எதையும் கொண்டாடிவிடும் வாசக மனசும் அவரது ரசங்கள். அவர் எத்தனையோ நபர்களை படைப்புக்களை நபர் மற்றும் படைப்புக்களை

ஒருங்கே இருளில் இருந்து வெளிச்சத்திற்கு எடுத்தெறிந்த மாயாவிநோதன். மனுஷ்யபுத்திரன் துவங்கி நா.முத்துக்குமார் வரை அவர் ஒரு காலகட்டத்தின் அத்தாரிட்டியாக இருந்ததும் அதை மெய்ப்பித்துக் காட்டியதும் மறுக்க முடியாதவை. சுஜாதாவுக்கு விருதுகள் மீதெல்லாம் பெரிய்ய மரியாதை எதுவும் இருந்ததில்லை என்பது அவர் அளித்த பேட்டிகளில் தெரிகிறது. என்னளவில் அவருக்கு அகாதமி விருது வழங்கப் படாததில் பெரிய்ய வருத்தமில்லை. ஆனால் நிறமற்ற வானவில் சுஜாதா எழுதியதில் எந்த விருதுக்கும் சர்வதகுதிகள் கொண்ட ஒரு நாவல். இன்னொன்று சொல்ல வேண்டுமானால் நகரம் சிறுகதைக்குக் கொடுத்திருக்க வேண்டும்..

சுஜாதா அளவிற்கு உற்சாகமாய்த் தமிழை உபயோகித்த இன்னொருவரைக் கூறுவது கடினம். அவருக்கு மரபு சார்ந்த நல்ல பரிச்சயமும் மொழியின் ஆகமங்கள் குறித்த தேர்ச்சியும் இருந்தபோதிலும் தமிழ் எழுத்து என்பதை எப்போதும் பரிசோதித்துக் கொண்டே இருந்தவர் சுஜாதா. அவர் எல்லா உரிமைகளையும் தனக்குத் தானே வழங்கிக் கொண்டார். அவற்றில் பெருவெற்றி காணவும் செய்தார். சிற்றிலக்கியப் பூசாரிகள் பலர் பல விஷயங்களுக்காக சுஜாதாவை திட்டித் தீர்த்தார்கள். அவர்கள் வீட்டு அலமாரிகளில் ஒளித்து வைக்கப்பட்டிருந்த பல புத்தகங்கள் சுஜாதாவினுடையது. அப்படி வைரிகளையும் காதலிக்கச் செய்த எழுத்து சுஜாதாவினுடையது. அவர் தனக்குக் கிடைக்காத எதைக் குறித்தும் குறை சொல்லிவிடக் கூடாது என்பதில் ஒரு ஆசிரியமனோபாவத்தை நீதிமன்ற மனசை எப்போதும் கொண்டிருந்தது வியப்பே.

சுஜாதாவை சாதி மற்றும் மதம் இனம் மொழி என பல குடுவைகளுக்குள் அடக்கிப் பார்க்க பலமுயல்வுகள் நிகழ்ந்த போதும் அவர் அதையெல்லாம் அனாயாசமாக எதிர்த்தார். எளிதாக வென்றார். வாசகர்களின் சக்கரவர்த்தியாய்த் திகழ்ந்த சுஜாதா தான் ஈடுபட்ட எல்லாத் துறைகளிலும் ஜொலிக்கிறார். கவிதை மேல் அவர்க்கு ஈர்ப்பிருந்தாலும் அவர் அதை சற்று உள்விலக்கம் செய்திருந்தது நிஜம். கட்டுரை, அறிவியல் கேள்வி பதில், சினிமா கதை, தொடர்கதை, விஞ்ஞானம், மருத்துவம் என அவர் கைவைக்காத எதுவும் இல்லை.

இருந்தாலும் அவரது ஆத்ம திருப்தியை அவர் நாடகங்களில் கண்டதாகவே உணர்கிறேன். சுஜாதாவின் நாடகங்கள் அவர்

தமிழுக்குச் செய்து சென்ற இன்னொரு கொடை. வந்தவன், கடவுள் வந்திருந்தார், தேவன் வருகை, டாக்டர் நரேந்திரனின் விநோதவழக்கு என அவரது நாடகங்களில் அவர் வேறு சுஜாதா. தமிழில் நாடகம் என்னும் வடிவத்தை உணர்ந்து எழுதப்பட்ட சர்வதேசத் தரம் சுஜாதாவின் நாடகங்களில் இருந்தன. எவ்வெவற்றில் இல்லை என்பது வேறு கதை.

சுஜாதா வாழ்ந்த காலத்திலேயே தன் சாகாவரத்தை நன்றாக உணர்ந்து வைத்திருந்தவர் என்பதற்கு அவர் கடைசி பதினைந்து வருடங்கள் இன்னமும் வெறிகொண்டு எழுதிக் குவித்த பன்முக வெளியே சாட்சியம். வெறும் நாவல்காரனாகத் தான் கருதப்பட்டுவிடக் கூடாது என்பதால் தன் எழுத்துக்களை இரட்டித்தார் என்றே சொல்ல முடியும். சுஜாதா எல்லா நாளும் நினைக்கப் படுகிறார். எல்லா நாளும் வாசிக்கப் படுகிறார். இன்றைக்கு அவர் உடலிழந்த தினம் என்பது அவர் பாணியில் சொல்லவேண்டுமானால் JUST ஒரு சின்ன தகவல். அவ்வளவே.

## இன்றைய கவிதை

### இவ்வளவுக்குப் பிறகும்

இவ்வளவுக்குப் பிறகும்
இந்த பூமியில் இருக்கத்தான்
விரும்புகிறேன்
அதுதான் என்
சாராம்சம்

சமயவேல்
அரைக்கணத்தின் புத்தகம்

# 16

# மனமயக்கி வில்லைகள்

குத்துப்பாட்டுக்களைப் பற்றிய ஜெயமோகனின் பதிவொன்றைப் படித்தேன். இந்த மாதிரியான பாடல்கள் யாருக்கோ தேவைப்படுவனவாகவும் நேரடியாக நம்மில் பலர் மறுதலிக்கிறதாகவும் ரகசியமாக எப்படி நம்மை வென்றது எனத் தெரியா வண்ணம் மயக்கிவிடுவனவாகவும் இருப்பது மெய். குத்துப் பாடல்கள் என வருகிற ஃபாஸ்ட் பீட் பாடல்களுடன் நேர் மாறான மெல்லினக் கிறக்கப் பாடல்கள் என்பன பற்றியும் கொஞ்சம் பேசலாம் என விழைகிறேன். கவர்ச்சிக் கிறக்கப் பாடல்கள் ஒருபோதும் அருவெறுக்கத் தக்கவை அல்ல. யோசித்துப் பார்த்தால் வெளியாகிற காலத்தில் ஒரு சுற்று முதலில் நிராகரிக்கப் படுகிறவை தான் இத்தகைய பாடல்கள். ஆனால் அடுத்து ஒரு காற்றடிக் காலத்துக்குள் எழுந்து விஸ்வரூபமெடுத்து பேயாட்டம் ஆடத் துவங்குவதும் இப்பாடல்கள் தான்.

இந்த வகை காமம் வழிந்தோடும் பாடல்கள் 2 வகை.ஒன்று நிராகரிக்கப் படும் மேலோட்ட வகை. இத்தகைய பாடல்கள் இதற்கு முன்னால் வந்த வேறொரு பாடலின் அழுக்குப் பிரதியாக அஜீரண எச்சமாக கேட்டதுமே நிராகரித்து மூலைக்கு அனுப்பப்படும். இன்னொரு வகை கில்லிகள் ஏன் எப்படி என்றே தெரியாத வண்ணம் மனமயக்கி வில்லைகளைக் கரைத்துக் காதுகளில் தேன் துளிகளை இங்க் ஃபில்லர் கொண்டு

பொறுமையாக நிரப்பி நின்று விளையாடுபவை. இதில் சமர்த்தர் யார் என்றால் ஆச்சரியம் ஏதுமில்லாமல் சொல்லலாம்... அதே இளையராஜா தான். காதலின் மேலதிகம் காமம் என்றால் அதன் பிரதிநிதி விரகம். கைகூடும் வரையிலான காத்திருப்புக் கால விரகம் நரகம்.பிரிதலுக்கு பின்னதான விரகமோ பசலைத் தனிமை. வழிந்தோடும் காமத்தின் சாட்சிப் பிரதி வாதங்களாய்த் தன் பாடல்களைச் செதுக்கியவர் இசைஞானி.இளையராஜாவின் குரலே ஒரு அபூர்வமான வகைமையில் வருவது தான். ராஜா பாடிய பாடல்களில் கால காலத்துக்கும் நிற்கிறவை சோகப் பாடல்கள் தான் என்பதனை மறுக்க இயலாது என்றாலும் கூட காமத்தீ பாடல்களைப் பாடும் போது தன் குரலின் இன்னொரு படிநிலையை உச்சந்தொட முயற்சிக்கிற உயரத் தாவல்களை முனைத்திருப்பார் ராஜா.

முதல் டமால் டுமீலாக நிலாகாயுது நேரம் நல்ல நேரம் என்ற சகலகலா வல்லவன் பாடலில் இருந்து துவங்கலாம். அதன் பிக்ச்சரைசேஷனை மறந்துதான் ஆக வேண்டும். ஒருபோதும் இவ்வகைப் பாடல்களைக் கேட்கிறபோது நமக்குள் இதன் காட்சித்துண்டுகள் தொந்தரவே செய்யாது. அது வேறு.கேட்பனுபவம் வேறு என்பது உண்மை.நிலாகாயுது நேரம் நல்ல நேரம் பாடலில் மலேசியா வாசுதேவனும் எஸ்.ஜானகியும் போட்டி போட்டு உருக்கியுருகி இருப்பார்கள். “அம்மாடி... அதிசய சுரங்கமடி” என்று இழுக்கும் போது அலாதியானதொரு கிறக்க மகரந்தத் துகள்கள் நம்மீதெல்லாம் படிந்து கிடக்கும். அதே படத்தில் வரும் நேத்து ராத்திரி யம்மா... என்ற பாடலை என்னால் இந்தப் பட்டியலில் வைக்க முடியவில்லை. அதில் ஒரு எத்தனம் வெளிப்படும். ஒரு நோக்கம் கசியும் அவ்வகைப் பாடல்கள் தாமாகவே பட்டியலில் இருந்து கழன்றுவிடும். பட்டுக்கோட்டை அம்மாளு... பார்த்துப் புட்டான் நம்மாளு கண்ணால சிரிச்சா பின்னால அணைச்சா தன்னால கதைபடிச்சா என்னும் ரங்கா படத்தின் பாடல் இந்தப் பட்டியலில் வரலாம். ரங்காவின் இசை சங்கர்கணேஷ். ஜூலி ஐலவ் யூ என்னும் கிளிஞ்சல்கள் படத்தின் டி.ராஜேந்தரின் பாடல் இன்னுமொரு கிறக்கம் என்றால் டி ஆரின் பல பாடல்களை இவ்வகை மகரந்த வகையில் சொல்ல முடிவது சிறப்பு. மோகம் வந்து தாகம் வந்து என்னை அழைக்க... என்னும் பாடலாகட்டும், மயில் வந்து மாட்டிக்கிட்ட பாதையிலே பாடலாகட்டும் உற்சாகத் ததும்பல்கள். உற்சாகமான ஃபாஸ்ட் பீட் பாடல்களுக்கும் இதுபோன்ற மெல்லினக் காமக்கரைசல்

பாடல்களுக்கும் இடையே நெருக்கமான மன நிலைத் தொடர்பு இருக்கிறதாகவே எண்ணுகிறேன். உற்சாகமான பாடல் ஒன்று ஹிட் ஆனால் அது வெகு நாளைக்கு நிற்கும்.அதுபோலவே மெல்லினப் பாடலும் எல்லோருக்கும் பிடிக்குமா என்று தெரியாது ஆனால் பிடித்தவர்களுக்கு எப்போதும் பிடிக்கும். பாடும் நேரம் இது தான் இது தான் வா வா வா வா... சூரசம்ஹாரம், பனிவிழும் இரவு நனைந்தது நிலவு மௌனராகம், இவை இரண்டுமே மெல்லினப் பாடல்களில் முக்கியமானவை. இதுதான்... இதுக்கு தான் என்ற பாடல் புலன் விசாரணை படத்தில் ராஜாவின் கைங்கர்யம் என்றால் நாயகன் படத்தில் வருகின்ற நிலா அது வானத்து மேலே.. இன்னுமொரு உற்சாக சங்கீதம். எத்தனை தடைகளைத் தாண்டிக் குதித்தோடிய புரவி அது? நீங்கள் கேட்டவை படத்தில் வருகிற அடியே மனம் நில்லுன்னா நிக்காதடி இன்னுமொரு தனித்த பாடல். அதே காலகட்டத்தை சேர்ந்த மெல்ல மெல்ல என்னைத் தொட்டு மன்மதன் தன் வேலையை என்ற வாழ்க்கை படப் பாடல் இன்றைக்கு மதியானம் வரை வானொலிகளில் கேட்டிருப்பீர்கள். இல்லாவிட்டால் இன்றைக்கு இரவு கேட்கவிருப்பீர்கள்.

ஆதித்யனின் மன்மதா... என்ற பிரபு நடித்த நாளைய செய்தி பாடல் வெகு நாட்கள் நீஈடித்தது என்று நான் சொல்ல வேண்டியதில்லை. அதற்கு இரண்டு காரணங்கள், வால்பாறை புகழ் மால்காடி ஷுபா பாடியது ஒரு காரணம்.அதே ஷுபா ஹா ஹூ என்று அந்தப் பாடலின் இடையில் குரல்கொடுத்திருப்பார். அது தடைசெய்யப்பட்ட கஞ்சாப்புகை போன்றதொரு விளைவை மனங்களில் செலுத்தவல்லது. சிவராத்திரி தூக்கம் ஏது... ஹோய் என்ற கமல காம ராஜனின் பாடலாகட்டும்,அதே கமலின் அபூர்வசகோதரர்களில் வருகிற வாழவைக்கும் காதலுக்கு ஜே... என்ற பாடலாகட்டும் என்ன வசியத்தை எங்கே வைக்க வேண்டும் என்பதை எப்படி இளையராஜாவால் முடிந்திருக்கிறது என்று யோசிப்பதே பெருஞ்சுவை.ஒருமுறை உபயோகித்த கரண்டியைக் கூட மறுமுறை உபயோகிக்காத மாயசமையல் அவருடையது. வெல்ல முடிந்திருக்கிறது.

“நான் பூவேடுத்து வைக்கணும் பின்னால” என்ற பாடலை தயவுசெய்து கேட்காதீர்கள். ஒரு மாநிலம் முழுக்க போதையேற்றின வல்லமை அந்தப் பாடலுக்கு இருந்தது. ஸ்ரீதரின் நானும் ஒரு தொழிலாளி படம் இன்றைக்கு கமல் அம்பிகா ஸ்ரீதர் என வேறெந்தக் காரணங்களுக்காகவும் அன்றி

இந்த ஒற்றை பாடலுக்காக நினைக்கப்படுவது தான் நிசமே. இந்தப் பாடலில் எஸ்.பீ.பியும் எஸ்.ஜானகியும் குழைந்து கலைந்து குரலால் இளகி உருகி பெருகிக் குறுகி இருப்பது தேவசுகம். இப்பாடலுக்கு இணையாக இன்னுமொரு பாடலை இளையராஜாவே செய்ததில்லை என்பது என் கருத்து. இதற்கடுத்தாற்போல் எனது மெல்லினப் பாடல் என்று எதனை சொல்வேன் தெரியுமா, சந்தனக் கும்பா உடம்பிலே என்றபாடல் பொன் விலங்கு என்ற படத்திற்காக மனோவும் உமாரமணனும் பாடியது. சிலிர்க்கும் என்றால் உடல் அவயங்கள் சிலிர்ப்பது என்ன ஆச்சர்யம்..? இந்தப் பாடலை மதுரையில் ஒலிக்க விட்டால் திண்டுக்கல் வரைக்கும் சிலிர்க்கும். கேட்போர் மனசைக் கலைடாஸ்கோப் சுவர்களாய் மாற்றிப் போடும் வல்லமை இவற்றிற்கு உண்டு என்பது இவற்றின் மதிப்பு.

## இன்றைய கவிதை

**விரகம்**

மழைக்கு இருட்டி வரும் மதியம்
நகரப் பேருந்து நெரிசல்
உடல் புழுங்கி வியர்க்கிறது
வானொலியில் கனிந்தொழுகும்
விரகரசம்
நாநீட்டிப் பருகும் இருசனம்
கனவின் மாங்கனி
பசியாற்றாது
விரகம் என்பதோர்
வியாபாரம்

**நாஞ்சில் நாடன்**

## இன்றைய கேள்வி

ஏன் பொதுவாக என்கௌண்டர் செய்யும் குழுக்களில் பெண் அதிகாரிகள் இடம்பெறுவது இல்லை.? பெருமளவு ஆண் அதிகாரிகளே சம்மந்தப் படுகின்றார்களே.. இதன் பின்னால் ஏதேனும் உளவியல் காரணம் ஏதும் உள்ளதா..?அல்லது இது தற்செயல் நிகழ்வுத் தொடர்ச்சியா?

17

# நிழல்மறைவுப் புதையல்கள்

எழுதுதல் என்றால் என்ன? எதையாவது எழுதுவதா? எழுதுவதென்பது அனுபவப் பெயர்ப்பு மட்டும்தானா? கதையும் கட்டுரையும் நாவலும் சிறுகதையும் கவிதையும் என வடிவங்களுக்குள் எழுதுகிறது மட்டும் தான் எழுத்தா? மனம் போன போக்கில் எதற்காக என்ற கேள்வி ஏதுமின்றி எழுதுகிறது என்ன வகை எழுத்து? முகப் புத்தகம் என்னும் மாயவெளிக்குள் நுழைந்து இன்னும் ஒருவருடம் ஆகவில்லை. எழுதுகிறேன் எழுதுகிறேன் எழுதிக்கொண்டே இருக்கிறேன். நான் நகர்கிறேனா? என் எழுத்து நகர்கிறதா? சித்தாந்தங்களும் கொள்கை விளக்கங்களும் அறிவுரைகளும் நமுட்டுச் சிரிப்பும், மௌனப் பிரதிவாதங்களும் சைகை சிரிப்புக்களும் ,முதுகுக்குப் பின் மறைந்திருக்கும் கையில் கத்தியும் முகத்துக்கு முன் நீட்டுவதற்கென்றே வார்த்தை ரோஜாக்களும் எவ்வளவோ பார்த் தாயிற்று.

“தோட்டத்து மேசையில் பறவைகள்” என்றொரு புத்தகம்.இன்றைய ஐரோப்பிய புது எழுத்து பற்றி இந்திரன் எழுதிய தொகை நூல். இந்திரன் நிறைகுடம். கவிதையியல் பற்றிக் கூட்டங்களில் பேசி நடுமண்டையைப் பிறாண்டுகிறவர்கள் சிலர் இருக்கக் கூடிய இலக்கிய உலகத்தில் இந்திர னின் பங்களிப்பு மகத்தானது. சந்தியா பதிப்பக வெளியீடாக வந்திருக்கக் கூடிய இந்துப் புத்தகம்

இன்றைய யுகத்தின் 10 ஐரோப்பிய இலக்கியவாதிகளைப் பற்றிய சரியானதொரு அறிமுகத்தை அவர்களின் படைப்பு விள்ளல்களோடு பெயர்த்து வைக்கிறது. பத்துமே முத்து என்றே சொல்லலாம்.

மிக முக்கியமாக 1978இல் போஸ்னியாவின் விஷிகிரேட் நகரில் பிறந்த சாஷா ஸ்டானிசிக், 2006இல் எழுதிய **HOW THE SOLDIER REPAIRS THE GRAMAPHONE** என்னும் புதினம் இதுவரை 26 மொழிகளில் பெயர்க்கப்பட்டு இருக்கிறது. சாஷா ஸ்டானிசிக் பற்றிய முழுமையானதொரு அறிமுகம் இந்தப் புத்தகத்தின் வாயிலாக நமக்கு ஏற்படுவது கொடுப்பினை. எதிர்காலத்தில் இந்திரனே அந்த நாவலை தமிழ்ப் பெயர்த்தால் நல்ல டிராஃபிக் நிரம்பிய இடத்தில் அவருக்கொரு சிலை வைக்க சொல்லி அரசாங்கங்களுக்கு சிபாரிசு செய்யலாம். நெட்டில் தேடுங்கள்..34 வயதில் ஒரு எழுத்தாளனாக ஸ்டானிசிக் அடைந்த உயரங்கள் என்னென்ன என்பது ஒருவாரத் தூக்கத்தைக் கெடுக்கும். நல்ல வேளை பையன் தமிழ் நாட்டில் பிறக்கவில்லை.

பாம்புக்குட்டி "நன்றாக இல்லை மொக்கை" என்று சொன்ன ஒரே காரணத்துக்காக "காதலில் சொதப்புவது எப்படி" என்ற படத்தை ரொம்ப நம்பிக்கையோடு பார்த்தேன். நல்லதொரு அனுபவம். இத்தனை சம்பாஷிக்கிற படத்தை பார்த்து எவ்வளவு நாளாயிற்று. சின்ன சின்ன முடிச்சுக்களுடன் கூடியதான ஒருகதையில் பல கதை என்ற உத்தி நமக்குக் கொஞ்சம் புதுசு. இதனை நெட்டில் போட்டுக்காட்டி அதன் பின் பெருந் திரைக்கு மாறியதாக சொன்னார்கள். சித்தார்த் அமைதியான நடிப்பு.அமலா பால் கண்கள் தனியாவர்த்தனம். சரீரம் சுகசாதகம். மொத்தத்தில் கண்கவர் கண்ணி. இவ்விளைய ஜோடியை விட சுரேஷ் மற்றும் அவர் மனைவியாக வருகிறவரின் காதல் என்னை ஈர்த்தது. சித்தார்த் உடைய நண்பியாக வருபவர்,உடன் நண்ப'குண்டர் ஒருவர் இன்னொரு நண்ப'துயரர் என்று அனைவருமே கிடைத்ததை சரியாய் செய்திருக்கிறார்கள்.இசையும் பாடல்களும் ஒட்டாத கதைக் களன்.அவர்கள் என்ன செய்வார்கள் பாவம்..? ஒளிப்பதிவு நீரவ்ஷா. நன்றாக சுட்டிருக்கிறார். படத்தை. காதல் படம் பார்க்கிற வயது க்ரூப்பில் இருக்கிற என்னைப் போன்ற யுவன்களுக்கும் யுவதியர்க்கும் மட்டும் இந்தப் படம் பிடிக்கும். டீன் ஏஜ் கடந்தவர்களுக்குப் பிடிக்காது.

சௌதா (மிர்ஜா முகமது ரஃபி 17131781) கிண்டல் கவிஞர். தொடக்கத்தில் முகலாய அரசவையில் இருந்திருக்கிறார். பின்னர் டில்லி மானகரம் நாதிர்ஷாவால் அழிக்கப் பட்டபின்

லக்னோவிற்குத் தப்பி ஓடிவிடுகிறவர் அவத் நவாபின் அவையை அடைகிறார். கிண்டல் தொனிக்கவிதைகளில் எதிரிகள் கடுமையாகத் தாக்கப்பட்டனர். தம் கவிதைகளில் இந்திய நிலப் பிரபுத்துவச் சமூகம் வீழ்ந்து சிதறியதை அவர் சித்தரித்தார்.மரபு வழி வந்த ஒழுக்க நெறிமுறைகள் குலைந்து ஊழல் எப்படி மிகுந்து வருகிறது அரசவையில் வசதியான இடங்களைப் பெறும் பொருட்டு எவ்வாறு போராட்டம் நடக்கிறது என்பதையும் அவர் கவிதைகளில் கையாண்டிருக்கிறார். அவரும் அவர் சம காலத் தவரான மீர் தக்கி மீர் (உணர்ச்சிப் பாவலர்) மிர்ஜா காலிஃப் நஜீர் அக்பராபாதி ஆகியோரும் கவி சிரேஷ்டர்களாய்த் திகழ்ந்தி ருக்கின்றனர்.

## இன்றைய கவிதை

உயரங்களின் ரசிகன் நான்
சங்கீதத்தில் மேல் சட்ஜமம்
சாலையில் டாப்கியர்
வீடென்றால் மொட்டைமாடி
கோயிலென்றால் கோபுரம்தான்.
ஞ்ஞ்ஞ்ஞ்.
ஞ்ஞ்ஞ்ஞ்.
ஞ்ஞ்ஞ்ஞ்.
கவிஞன் என்கிற கித்தாய்ப்புப் பிடிக்கும்
கிளார்க்காய் இருக்கிறேன் வயிற்றின் அபத்தம்.

**சோமா வனதேவதா**

ரமேஷ் வைத்யா என்கிற சோமா வனதேவதா .என் பதின் காலத்தில் தன் எழுத்துக்களின் வாயிலாக என்னைக் கைபிடித்துக் கவிதைகளின் பக்கம் கொண்டு வந்த சிலரில் ஒருவர். சோமா வன தேவதாவின் கவிதைகள் நேரடிக்கவிதைகள்.உரைநடைக்கு அடுத்த நிலையில் இருந்து தன் கவிதைகளை பித்துமொழியில் அவிழ்த்தெறிகிற அலட்சியத்தின் கம்பீரம் வைத்யாவினுடையது.. அவரது முகமன் என்ற கவிதையின் ஈற்று வரி இப்படி இருக்கும். “ஒரு மனம் அறியாதா இன்னொன்றை?”

கேவி மகாதேவனின் பூந்தேனில் கலந்து.. பொன்வண்டு எழுந்து சங்கீதம் படிப்பதென்ன தள்ளாடி நடப்பதென்ன என்ற பாடல் இன்றைய இரவின் உறக்கத்தைக் கெடுக்கிறது. இந்த எஸ்.பீ.பி தான் உச்ச ஜில் குரலோன். அதன் பின் மெல்லத் தேய்ந்த நிலா தான். தேய்ந்த பின்னும் சுவை குறையவில்லை.

எனினும் அந்த 70 முதல் 80 வரையிலான பாலுவின் குரல் தேன். ஏணிப்படிகள் படத்துக்கும் ரங்கீலாவுக்குமான ஒற்றுமை இரண்டுமே தான் விரும்புகிற பெண் மீதான விருப்பத்தை மனதில் பூட்டி வைத்துக்கொண்டு அவளது பொதுவிருப்பமான சினிமா நடிகையாவதற்கு துணை நிற்கிற நாயகர்கள் சிவக்குமார், அமீர்கான்..தாரகையாக மாறிய பின்னும் அந்த பளிங்கு பழைய அன்பை நாடி தேடி ஓடி பாடி வரும் நாயகி என்பதே.. இதே ஜாங்கிரியை முறுக்காக்கி விக்ரமன் கிட்டத் தட்ட இரண்டரை இல்லை இல்லை மூன்றரை படங்கள் எடுத்திருக்கிறார் என்றே நினைக்கிறேன்.. சிங்கம் புலியின் மாயாவி சூர்யா பாலைய்யாவாகி ஜோதிகாவை காதலிக்கும் கதையையும் சொல்லலாம். செய்தி அதுவல்ல.

ஒரு நட்சத்திரம் ஒரு சாதாரணத்தை கைப்பிடிக்கிற ஜிகினா வேலைப் பாட்டுடன் கூடிய பொய்யை எத்தனை முறை வேண்டு மானாலும் திரையில் ரசிக்க தயாராக இருக்கிற நம் மக்களின் அசாதாரண உளவியல் தான் இதில் மறைந்திருக்கிற செய்தி. நடிகைக்கும் தொழிலதிபருக்கும் திருமணம் என்று பேப்பரில் படிக்கையில் எல்லாம் கொஞ்சம் கொஞ்சமாக டெப்பாசிட் செய்து வைத்திருக்கிற எதிர்ப்பின் எதிர் மனோபாவமே. இந்த மனோபாவம் என்பது இந்த ஒரு விஷயத்தோடு பேசி முடித்து விடுவதற்குண்டானது அல்ல. திரைப்படங்களுக்கும் குழு உளவியலுக்குமான தொடர்பு பரந்து விரிந்தது.

## இன்றைய கவிதை

படுத்து உறங்குகையில்
தலைமாட்டில் நிற்கிறது
மரணம்
விழித்து எழுகையில்
நகர்ந்து செல்கிறது
அடுத்தவரை நோக்கி

**தி.பரமேசுவரி**
**(ஓசை புதையும் வெளி தொகுப்பில் இருந்து)**

சிக்கலற்ற இந்தக் கவிதையில் கடைசி வரி இல்லாமல் இருந்தாலும் இதே பொருள் வரும். விழித்து எழுகையில் நகர்ந்து செல்கிறது அடுத்தவரை நோக்கி. மரணம் என்றால் வேறு மாதிரி கிட்டத்தட்ட அதே பொருள் வருகிறது. உறங்குகையில்// தலைமாட்டில் நிற்கிற///மரணம்///விழிக்கையில் நகர்கிறது/// அடுத்தவரை நோக்கி. என எப்படி சுழற்றினாலும் வசீகரிக்கிறது.

18

# இழத்தலின் உலகம்

**இன்றைய கவிதை**

## இரவுக்கதை

இது வனம்
அது நிலா
நீ
பிடாரன்
நான்
இச்சாதாரி
பகற்பொழுது
கொத்திக் கிழிக்கும்
வரை

எவ்வித தீர்மானமும் இல்லாமல் கவிதைகளை அணுகுகையிலெல்லாம் அதிர்ச்சி ரயில் கூவிக் கிளம்பும். அப்படி எத்தனை எத்தனையோ கவிஞர்கள் தத்தமது கவிதைக ளால் ரயில் கிளப்பியிருக்கிறார்கள். மேலிருக்கும் எளிமையான கவிதை வனத்தை எழுதுதல் என்ற வகைமையில் வாசிக்கிறவரைக் கிளர்த்தி அதே நேரத்தில் பல்லாயிரம் கூறுகளாய்க் கிழித்து எறிந்தும் விடுகிறது. மிக முக்கிய மானது ரத்திகா எழுதிய இந்தக் கவிதையில் செர்ரீ வார்த்தை இச்சாதாரி. நீயா படத்து பின்னணி இசை ஒலிக்கிறது இக்கவிதையை வாசிக்கையில் எல்லாம்.

ஆனந்த விகடனின் முன்னாள் ஆசிரியர் மகாதேவன் என்கிற தேவன், 44வருடங்களே வாழ்ந்தவர்.இவரது துப்பறியும் சாம்பு ஒரு

சாகாவரம்.. ஒரு குறிப்பிட்ட சாதிய சம்பாஷணைகள் மட்டுமே எழுத்தில் பயன்படுத்தப்பட்ட காலகட்டத்தில் எழுதப்பட்ட இந்த நூல் ஒரு பெஸ்ட் செல்லர். துப்பறியும் சாம்பு உட்கார்கையில் பனம்பழத்தை விழ வைத்த காக்கை. சில பழமொழிகளைக் கொண்டு ஒரு பெரும்புதினத்தை படைக்க முடியும் என்பதற்கு உதாரணம் சாம்பு.சே தவனின் வர்ணனைகள் எளியவை. சாம்புவைத் தவிர்த்து பார்த்தால் என்னளவில் தேவனின் முக்கியப் புத்தகமாக ஸ்ரீமான் சுதர்சனத்தை முன் வைப்பேன். ஸ்ரீமான் சுதர்சனம் ஒரு ஏழை.இளைஞன். ஒரு கம்பெனியில் குமாஸ்தாவாக 100 ரூபாய் சம்பளத்தில் வேலை பார்ப்பவன். தன் பிறந்தகத்தாரும் சம்மந்தபுறத்து உறவுகளும் சென்னையில் வசிக்கிற சுதர்சனத்தின் வீட்டுக்கு கோரிக்கைகளோடு படையெடுக்கின்றனர். செலவுக்கு முழிபிதுங்குகிறவன் அலுவலகப் பணத்தை கையாடுகிறான். அதிருஷ்ட வசமாக அது கண்டுபிடிக்கப் படாமல் போக அடுத்த முறை அடுத்த முறை என்று கை வைக்கிறான். தொடர்ந்து அவனை அதிருஷ்டம் காப்பாற்றியதா...? மன உளைச்சலோடு ஒரு நல்லவனின் பிறழ்வுக் கால அவஸ்தைகளை அழகுற எடுத்துரைத்திருப்பார். தன்னளவில் மயக்கி விடுகிற எழுத்து அவருடையது.

தேவனுடைய எழுத்தின் வாயிலாக அந்த காலகட்டத்தின் விலைவாசி ஏக தமாஷாக இருக்கும். அதற்காகவே பண்டைய இலக்கியத்துக்குள் அடிக்கடி நுழைந்து பார்ப்பது என் வழக்கம். கண் ஆப்பரேஷனுக்கு சென்னையில் 60 ரூபாய் செலவாகிறதும் பட்டுப்புடவை 75 ரூபாய் விலையில் இருப்பதும் டிஃபன் சாப்பிட்டு விட்டு டாக்சியில் வருவதற்கு முழுசாக முள்ளங்கிப் பத்தையாட்டம் 20 ரூபாய் ஆகிறதையும் வியப்பாய் அணுக முடிகிறது நம்மால். தேவனின் மைதிலி, மிஸ்டர் வேதாந்தம், ஜஸ்டிஸ் ஜகந்நாதன், சீஐடி சந்துரு ஆகியன ஒவ்வொன்றும் வெவ்வேறு தளங்களில் வசீகரிக்கிற எழுத்துக்கள். இவை தவிர பயண இலக்கியத்திலும் தன் பங்கை செய்திருக்கிறார் தேவன். இவருடைய எழுத்துப் பாணி பாதிக்காத அடுத்த தலைமுறை எழுத்தாளர்களே இல்லை என்று சொல்லுமளவுக்கு முக்கியமானவர்.

**சா**ப்ஜானின் குணா தமிழில் எடுக்கப்பட்ட படங்களில் சிறந்ததொரு முயல்வு. ராஜசுலோசனா ரேகா சர்மிலி ரோஷிணி மற்றும் கமல்ஹாசன். தளபதியின் சரவெடிகளுடனான தீபாவளி அன்றைக்கு நவம்பர் 5 என நினைக்கிறேன் 1991ஆம் வருடம் வெளியானது. குணா வென்றிருந்தால் இன்னும் உன்னதமான கமல்ஹாசன் நமக்கெல்லாம் கிடைத்திருப்பார். தள்ளித்தள்ளி

ஹாசனாக இருந்திருக்க மாட்டார் என்றே தோன்றுகிறது. சொல்ல வந்தது “பித்து”, “துறவு” மற்றும் “இழத்தலின் உலகம்” ஆகியவை தொடர்பான படங்களுக்கு மட்டும் இளையராஜாவிற்கு உள்ளே இருக்கும் இன்னொரு ராஜா தான் இசை அமைத்திருக்கிறார் என்பதற்கு ஒரு உதாரணம் குணா. மற்ற உதாரணங்கள் மகாநதி, மூடுபனி, சேது, காசி, சிகப்பு ரோஜாக்கள், நான் கடவுள், பூந்தளிர்

**ச**லூன் என்னும் முடிதிருத்தகங்கள் கடந்த நாற்ப தாண்டுகளில் தன் முகங்களை எப்படியெல்லாம் மாற்றிக் கொண்டுள்ளன? 80களின் திரைப் படங்களில் பல சலூன்கள் இடம் பெற்றிருக்கின்றன. பெரும்பாலும் கவர்ச்சீ படங்கள் நிரம்பியதாய் இருக்கும் ஒண்டுக்கடைகளாய் அவை இருக்கும். சதா புகை கிளப்பிக்கொண்டிருக்கக் கூடிய விடலைகளின் சங்கமஸ்தலமாகவே அவை இருந்திருக்கின்றன. கத்திரியின் சப்தம் அலாதி இன்னிசை... திராவிட இயக்கங்களின் ஆரம்ப காலகட்டத்தில் முடி திருத்தகங்கள் அரசியல் பேசுவதற்கும் வளர்த்தெடுப்பதற்கும் முக்கியப் பங்காற்றி இருப்பது வரலாறு. அதன் பின் அரசியல் பேசாதே என்று போர்ட் வைத்தார்கள். இப்போது வெட்டுபவரும் வெட்டப்படுபவரும் பேசிக்கொள்வதே இல்லை. தோழர் பாண்டி என்று நான் சிறுவயதில் இருந்தபோழ்து என் சிகை தொட்ட கலை தலைவன்.என் அப்பாவுக்கு அவர் நண்பராக இருந்தார். என் அப்பா எம்.ஜி.ஆர் பக்தர். தோழரோ மார்க்சீயர். ஆனால் இருவருக்கும் இடையில் நன்னட்பு சிதையாமல் இருந்தது.

தோழரும் என் அப்பாவும் அரசியல் பேசத் துவங்கினால் அதற்கென்றே கூட்டம் கூடும். எனக்கு அப்போதைய தேவை யெல்லாம் அந்த சுழல்நாற்காலி எப்படி சுற்றுகிறது என்ற மந்திரானுபவம் மட்டும் தான். வாதப் ப்ரதிவாதங்களில் சூடு பறக்கும். எம்ஜியாரை விட மிகப்பலமாக என் அப்பா சகல அதிகாரங்களுடன் கத்தி சுழற்றுவார் தன் வார்த் தைகளாலேயே. தோழர் ஒரு கட்டத்தில் அமைதியாகி “சரி விடுங்க தோழர்..சின்னவரு தூங்கிடப் போறாரு... வேலையைப் பாக்குறேன்”என்று சொல்லும் வரை பேசிக் கொண்டே நானமர்ந்திருக்கும் அந்த சுழல் நாற்காலியை சுழற்றிக்கொண்டே இருப்பார். கிட்டத்தட்ட ஒரு மணி நேரம் ஒன்றரை மணி நேரம் கூட நிறுத்தாமல் சுழற்றிக்கொண்டே பேசுவார்.

தோழர் பாண்டி அந்தப் பகுதி மார்க்சிஸ்ட் கட்சியில் பொறுப்பு வகித்தவர். அவருடன் பேசிவிட்டு பின் எனக்கும்

என் அப்பாவுக்குமான மழித்தல் திருத்தல் எல்லாம் முடித்து விட்டு வீட்டுக்கு வந்ததும் அம்மா வைவாள். ''சலூனுக்குப் போனமா வந்தமான்னு இல்லாமே அங்கேயே டேரா போடுறது என்ன பழக்கம்..?" என்று.அப்பா சிரிப்பார். எனக்குத் தெரிந்து அந்தக் கடையை முடி திருத்தகம் என்று சொல்ல இயலாது. அது ஒரு படிப்பகம். அங்கே இல்லாத புத்தகங்கள் நாளிதழ்கள் இல்லை. தீக்கதிர் துவங்கி மாற்றான் தோட்டத்து மல்லிகைகளான முரசொலி மக்கள்குரல் வகைகளும் முக்கியமாக ஆனந்தவிகடனும், குமுதமும் அங்கே இருக்கும். தலை சீவுகிறவர்களை, தண்ணீர் அருந்துகிறவர்களை, பேப்பர் படிக்கிறவர்களை என யாரையுமே ஒன்றும் சொல்லாத பாண்டி உண்மையிலேயே அற்புதமான மனிதர். ஒரு ஞாயிற்றுக் கிழமை அப்பா சோகமாக வந்து தலைக்குக் குளித்தார். அவரது கண்கள் சிவந்திருந்தன. அம்மா கேட்டதற்கு "தோழர் பாண்டி இறந்துட்டாப்ள" என்றார். எனக்கு நினைவு தெரிந்து எனக்கு அறிவிக்கப் பட்ட முதல் மரணமாக தோழர் பாண்டியினுடையது வெகு நாட்களுக்கு இழத்தலின் பரிமாணங்களை எனக்குள் நிரடிக்கொண்டே இருந்தது.

இன்றைக்கு அழகுக்கலை நிலையங்கள் வளர்ந்துவிட்டன. சென்ற மாதம் சென்ற இடத்தில் ஒரு யுவதி என்னை வரவேற்றாள். அவளது ஸ்டைல் சட்டையின் ஓரத்தில் ஒரு கேள்வியை மிச்சம் பண்ணும் வண்ணம் "நளினி" என்று இருந்தது. என்னிடம் ஒரு விலைப்பட்டியலை கொடுத்தாள். அதில் கண்களை ஓட்டிவிட்டு இருப்பதிலேயே குறைவான விலைக்கு உண்டான சேவையாக ஷேவை தேர்ந்தெடுத்தேன் *250* ரூபாய்கள்.அவள் என்னிடம் சொன்னாள். "யுவர் அப்பாயிண்ட் டைம் ஈவினிங் *6.30* சார்."என்று சிரித்தாள்.மணி பார்த்தேன்,. காலை மணி *10.45*.நோ தேங்க்ஸ் என்று வந்துவிட்டேன்.

# 19

# தனித்த உறைதல் கணங்கள்

புகைப்படங்கள் உயிரற்றவை. ஒன்றின் மேல் ஒன்று அடுக்கி வைக்கப்பட்ட புகைப்பட ஆல்பங்கள் நிகழ்வுக்காலத்தில் பெருமதிப்பிற் குரியவை. பிறகு மெல்ல களையிழந்து பரணிலோ வேறெங்கேயும் இருள் மூலையிலோ முடங்கிக் கொள்கின்றன. எதையாவது தேடுகையில் கையிலகப்படும் பண்டம் பழைய புகைப்பட ஆல்பம் எனில் அது வேலையைக் கெடுக்கும். மனம் கனம் கூட்டும். ஒரு மாதிரி விவரிக்க இயலாத கலந்து கட்டிக் கண்ணீர்த் ததும்பு தனிமை அது.

யாராகவெல்லாமோ இருந்திருந்த பலரும் யாரோவாக மாறுவதும் யாரெனத் தெரியாதவர்களுடன் மிச்சகாலத்தைப் பகிர்ந்து கொள்வதும் ஒரு சொல்லில் விளக்கினால் அறியாத நிர்ப்பந்தம். எல்லோருக்குமான தனித்த முன் கதைகளின் சாட்சியங்களாகத் திகழ்வன புகைபடங்கள் தான். புகைப்படம் எடுத்தால் ஆயுள் குறையும் எனச் சொல்லிக் கொண்டிருந்தவர்களுக்கும் நமக்குமான வித்யாசகாலம் நூறு ஆண்டுகளுக்குள் தான். இன்று சர்வம் புகைப்படமயம். தேநீர் கோப்பைகளில் குழந்தைகள் பூவாய்ச் சிரிக்கிறார்கள். பிக்காசோவின் மாய மூலைகளில் கோடிக்கணக்கானவர்களின் தனித்த உறைதல் கணங்கள் மிதந்துகொண்டிருக்கின்றன.

புகைப்படங்கள் மிதக்கும் அறை என்பது கணேசகுமாரனின் கவிதைத் தொகுப்பின்

தலைப்பு. இணைய தளகாலத்தில் இந்த உலகமே சுவர்களற்ற புகைப் படங்கள் மிதந்து கொண்டே இருக்கக் கூடிய அறைதானே..? என் பால்யத்தில் அதாவது பதினைந்து வயது வரை மொத்தமாய் நான் பங்கேற்ற புகைப் படங்களின் எண்ணிக்கை 15 இருந்தால் அதிகம். இன்றைக்கு செல்பேசிகளுக் குள் கேமிராக்கள் உபகடவுள்களாக பெயரற்ற தேவதைகளாக மாறிவிட்டன.

மலையாளம் தமிழின் தம்பி. நமக்கும் அவர்களுக்கும் புனையப்பட்ட பதற்றப் பிரச்சினைகள் ஒருபுறமிருக்கட்டும். இது வேறு.கம்பராமாயணத்தை இராமப் பணிக்கரின் கண்ணச இராமாயணத்துடனும் நளவெண்பாவை குஞ்சன் நம்பியாரின் நளசரிதப் பாட்டுடனும் உண்ணாயி வாரியாரின் “நளசரிதம்” (ஆட்டக்கதை)உடனும் குசேலோபாக்கியானத்தை(மீனாட்சி சுந்தரம் பிள்ளை) இராமபுரத்து வாரியாரின் குசேலவிருத்துடனும் ஸ்ரீவில்லிபுத்தூரரார் பாரதத்தை எழுத்தச்சனின் பாரதம் மற்றும் கண்ணச பாரதத்துடனும் ஒப்பிட்டு நோக்க முடிகிறது.இரு நிலங்களிலும் நோக்கியிருக்கிறார்கள். குமாரன் ஆசான் நம்மூர் மகாகவி பாரதி போன்றே மறுமலர்ச்சி மற்றும் புனைவியலில் பரிமளித்திருக்கிறார். 1997 ஆமாண்டு வெளியான பா.ஆனந்த குமார் எழுதிய இந்திய ஒப்பிலக்கியம் என்ற புத்தகத்தில் கண்டது.

வைரமுத்து சுஜாதா மற்றும் பாலகுமாரன் இருவருக்கும் இணையாக என்னைப் பைத்தியமாக்கியவர்.இளையராஜாவும் வைரமுத்துவும் சேர்ந்து பணிபுரிந்த பொற்காலத்துக்கு அடுத்த களப்பிரர் காலத்தில் தான் அவரை முழுவதுமாக அறிந்து வாசித்து பைத்தியமானது என்று நம்புகிறேன். பனிவிழும் மலர்வனம்/நீதானே எந்தன் பொன்வசந்தம்/ஆனந்த தாகம் இவள் கூந்தல்/என்ன சத்தம் இந்த நேரம்/கவிதைகேளுங்கள்/ பொன்மானே சங்கீதம் பாடிவா/இளைய நிலா பொழிகிறது/பூ மலர்ந்திட நடமிடும்/இதழில் கதை எழுதும்/அந்திமழை பொழிகிறது/ரெண்டு கன்னம் சந்தனக் கிண்ணம்/ஒரு குங்குமச்செங்கமலம்/இளம்பனித்துளிவிழும் நேரம்/மழையே மழையே இளமை முழுதும்/சங்கீத ஜாதிமுல்லை/ஏதோ மோகம்/வண்ணம் கொண்ட வெண்ணிலவே/இதோ இதோ என் பல்லவி/பருவம் கனிந்து வந்த பாவை வருக/ரவிவர்மன் எழுதாத கலையோ/மந்திரம் சொன்னேன் வந்துவிடு... துவங்கி பட்டியல் அவரது ஆயிரம் பாடல்கள் தொகுப்பை விட நீளும். லேட்டஸ்ட் இரண்டு பிடித்த பாடல்களுடன் வைரமுத்து பாடல்களைத் தாண்டி மூச்சு விட்டுக் கொள்கிறேன். டிஷ்யூம்

படத்தில் வரும் நெஞ்சாங் கூட்டில் நீயே நிற்கிறாய் மற்றும் செல்லமே படத்தில் ஆரிய உதடுகள் உன்னது...

எலிப்புலி தெரியுமா..?அது அப்புறம்.

தனது தனித்த குரலாலும் மனம் மகிழ வைக்கும் நகைச்சுவை நடிப்பாலும் என்னைக் கவர்ந்த இன்னொரு நடிகர் ஜனகராஜ்.இப்போது அமெரிக்காவில் வசித்துவரும் ஜனகராஜ் புதிய வார்ப்புகள், அண்ணா நகர் முதல் தெரு, படிக்காதவன், நான் புடிச்ச மாப்பிள்ளை, பத்தினிப் பெண், இதயத் தாமரை, பறவைகள் பலவிதம், நாயகன், கிழக்கு வாசல், பாட்ஷா, மௌனராகம் என எண்ணிலடங்கா படங்களில் குணச்சித்திர வேடங்களும் கலந்து கட்டி நடித்து ஜெயித்தவர். சுருளிராஜன் காலம் துவங்கி வடிவேலு காலம் வரை இணையாக ஓடிய நடிப்பு இருப்புப் பாதை ஜனகராஜ்.

## இன்றைய கவிதை

### சோழிகள் ஆக்கிய உடல்

உருட்டிவிடப்பட்ட சோழிகளால் ஆன
இப்பெருஉடலின் நற்சோழிகள் உமது
நீவிர் உருட்டி விளையாட
உருண்டோடி விளையாடும் நண்டுகளின்
மத்தியில் நவசோழிகளின் பொலிவு
உம் கண்களைத் திருடும்
கைப்பற்றி உருட்டி விளையாட இம்சிக்கும்
சோழிகளை அலைவந்து கலைக்க
வழிமறந்து திணறி நீருக்குள் உருளும்
சோழிகளற்ற கடலாகா கரையை
என் உடலென்று ஆக்கினால்
தன்னைத் தானே இயக்கும் மகிழ்ச்சியறியா
கூழாங்கற்களே மிஞ்சும் உமக்கு.

குட்டிரேவதி
மாமத யானை தொகுப்பில்.
வம்சி வெளியீடு.

குட்டிரேவதியின் கவிதைகள் சடக்கென்று கழுத்தில் கீறி குருதி கொப்பளிக்கத் தேவைப்படுகிற கண்ணிமைப் பொழுது சிதிலங்களை நுட்பமாக தொடர்ந்து வகைமைப் படுத்துகின்றன.

எலிப்புலி என்றால் பூனை என்று அர்த்தம்.

# 20

# தகர்க்க முடியாத பேச்சாளன்

ஜானூன், ஹம்லோக், புனியாத் வகையறாக்கள் திராவிட இயக்கங்கள் இரயில் நிலைய தபாலாபீசுகளின் பெயர்ப் பலகையில் இருந்து தார் பூசி அகற்றிய ஹிந்தி மொழி பேசிய தூர்தர்ஷனின் நாடகங்கள்.அவற்றில் கதை இருந்தது. திரைக்கதை எக்கச்சக்கமான முடிச்சுகளுடன் நாடோடியின் சிக்குத்தலை போல கடைசி வாரம் வரை அவிழ்ந்துகொண்டே இருந்தவை. பூமாலை என்ற வீடியோ பத்திரிக்கை சுமங்கலி கேபிளாகி சன் டீவியாகி இன்றைக்கு விருட்ச விருச்சிகமாக மாறி இருக்கிற தமிழ்த் தொலைக்காட்சி வரலாற்றில் மிக முக்கியமான சில நாடகங்கள் தூர்தர்ஷனின் வந்தவை என்பது கவனிக்கத் தக்கது.

இந்த வீணைக்குத் தெரியாது... அதைச் செய்தவன் யாரென்று... என்ற மகத்தான இன்றைக்கும் மனசைத் தூளியிலிட்டுத் தூங்க வைக்கிற பாடலுடன் துவங்கும் இரயில் ஸ்னேகம் கேபாலச்சந்தரின் மறக்க முடியாத சாதனைப் படைப்பு.என் வாழ்க்கையில் குடும்பங்களைக் கட்டிவைத்து இருந்த சில அபூர்வங்களில் ஒன்று ஆனந்தவிகடன் மற்றும் கல்கி பத்திரிக்கைகள் என்றால் இன்னொன்று இரயில்ஸ்னேகம் தொடர் என்பேன். நிழல்கள் ரவி மற்றும் ரேணு நடித்த இந்தத் தொடர் சீடி வடிவத்தில் கிடைத்தால் விளம்பரங்களின்றி தனிமைத் தீவில் தங்கிப் பார்க்க ஆசை.

சன் டீவியில் சித்தி வந்தது. ராதிகாவை தூக்கி உச்சியில் அமர்த்தியது பின் கதை. அதற்கு முன்னால் பரமார்த்த குரு கதைகளும் தாகம் என்றொரு கதை நடிகர் ராஜேஷ் நடித்தது. தூக்குத் தண்டனைக் கைதியாக நடித்திருப்பார். உயிர் மீது தாகம் உருவாகும் நேரம் விளையாட்டுக் காட்டும் விதியானதே என்ற டைட்டில் பாடல் அவ்வளவு கம்பீரமாக இருக்கும். விழுதுகள் என்ற தொடரை நான் விரும்பிப் பார்த்ததற்கு அதன் பல்லாங்குழி அமைப்பிலான திரைக்கதை. முடியும் வரை எங்கேயும் தொய்வில்லாத கதை. சிறந்ததொரு தொடர் என்னளவில்.

நான் தொலைக்காட்சியில் பார்ப்பது வேறு விதமான ஐந்துக் களை என்பதால் டாக் ஷோக்களும் பன்னாட்டு செய்திகளும் தமிழில் புதிய தலைமுறை சேனல் ஓடிக்கொண்டே இருந்தால் நான் ஓடாமல் இருப்பேன். மற்றபடிக்கு அபூர்வங் களை ஒளிபரப்புகையில் கே.டீவி. தட்ஸ் ஆல் இப்போது நாதஸ்வரமும் மெட்டி ஒலியும் அத்திப்பூக்களும் என் அம்மாவின் சாய்ஸ்கள்.அந்த நேரத்தில் நான் ரிமோட்டில் கை வைப்பதில்லை. வைத்தால் நந்தா படத்து ராஜஸ்ரீயாக மாறி ரசத்தில் விசம் வைப்பார் என்ற பயத்தில். கனாக் காணும் காலங்களும் காதலிக்க நேரமில்லையும் விஜய் டீவீயில் கலக்கியவை.காதலிக்க நேரமில்லை தொடரின் டைட்டில் பாடலை கவிதாயினி தேன்மொழிதாஸ் எழுதி மெகா ஹிட் ஆன என்னைத் தேடிக் காதலென்ற வார்த்தை அனுப்பு என்ற பாடல் குறித்து தனி பதிவொன்றை இதே முகப்புத்தகத்தில் நான் இட்டதும் அந்த பதிவிற்கு பிறகு அதே தேன்மொழிதாஸ் எனக்கு தோழமையானதும் (அதனைப் படித்துவிட்டு அல்ல... நான் தேன்மொழியின் கவிதைகளுக்கும் வாசகன் என்பதால்) சுவையான பிற்செய்திகள்.

**ம**துரையில் சௌராஷ்ட்ரா இனத்தை சேர்ந்தவர்கள் நிறைய்ய பேர் வசிக்கின்றனர். தமிழை உச்சரிப்பதில் தெலுங்குப் பூர்வீகத்தில் கிளம்பியவர்கள் ஒரு பாணியிலும் சௌராஷ்ட்ராக்கள் வேறு விதமாகவும் இருப்பது நிஜம். அப்படி இருக்க டி.எம்.சவுந்திரராஜன் என்ற ஒரு சவுராஷ்டிரா கிட்டத்தட்ட அறுபத்தைந்து ஆண்டு களுக்கும் மேலாக தமிழ்த் திரை யுலகத்தின் சாகாவரப் பாடல் களை பாடியவர். சொல்ல வந்தது அவர் புகழை அல்ல.அவரது தமிழ் உச்சரிப்பை. டி.எம்.எஸ் அவர்களின் நாவில் அஷ்ட கலாதெய்வங்களும் குடியிருந்திருக்க வேண்டும்.

ஒரு குறிப்பிட்ட பாடலை சொல்வதைக் காட்டிலும் ஒரு காலகட்டம் முழுக்க அவருக்கு சொந்தமாயிருந்தது என்றே

பதிவிட விரும்புகிறேன். எம்ஜீஆர் சிவாஜி என்ற இரண்டு சூப்பர் ஸ்டார்களை பின்னால் இருந்து இயக்கியவர்களில் தலையாயவர் டி.எம்.எஸ்.நான் ஆணையிட்டால் என்று வாத்தியார் பாடுகையில் வாத்தியாரே பாடுவது போல இருக்கும் கொடி அசைந்ததும்.. காற்று வந்ததா..?பசுமை நிறைந்த நினைவுகளே....என்று சிவாஜி ததும்புகையில் சிவாஜிதான் தோன்றுவார். அந்த அள வுக்கு தான் மறைந்து இன்னொன்றாக உருமாறி தன் குரலை இரண்டறக் கலந்துவிட்ட வித்தகர்.உணவில் எப்படி உப்பு செயலாற்றுமோ அப்படி தன் குரலை செயல்படுத்திய மேதை டீ.எம்.எஸ்.

இரண்டே இரண்டு பாடல்கள் எப்போதும் என் நெஞ் சத்தில் ஒலிக்கும் டீ.எம்.எஸ். என்றாலே.. இந்த மானிடர்க் காதலெல்லாம்... ஒரு மரணத்தில் மாறிவிடும்... என்று தன்னையே நெய்யாய் உருக்கி பாடல் தீபத்தை ஏற்றிய ஓராயிரம் பார்வையிலே... முதல் சாய்ஸ் என்றால் இரண்டாவது சாய்ஸ் எப்போதுமே தூங்காத கண்ணென்று ஒன்று. குங்குமம் படத்தில் ஒரு இணைப்பாடல்.. அந்தப் பாடல் என்மனதை வகுத்துப் பெருக்கும் வசீகரம் எப்போதும். வாழ்க டீ.எம்.எஸ்.

முளறி என்றால்..?அது அப்புறம்..

## இன்றைய கவிதை

ஸ்தம்பித்த வாகனங்களிடையே
தளிர்நடை போட்டு
விளையாட்டின் சுவாரசியத்தில்
வீதியில் விட்டெறிந்த
பூமிப்பந்தை மீட்டுத் திரும்புகிறது
குழந்தை

**குற்றவுணர்வின் மொழி கவிதைத்தொகுப்பின் முதற்கவிதை**
**பாம்பாட்டிச்சித்தன்**

பூமி என்ற ஒரு வார்த்தையை அகற்றியும் இணைத்தும் படித்துப் பார்த்தால் வசீகரிக்கிற இருவேறு கவிதைகளாய் விரிகிறது இக்கவிதை. பாம்பாட்டிச் சித்தனின் இஸ்ரேலியம் புனைவு மொழியில் புதிய முயல்வு.கவனிக்கத் தகுந்த கவிதைகள் எழுதும் பாம்பாட்டிச் சித்தன் இன்னும் உயரந்தொடுவார்.

**தா**மரை,ஓமவிறகு,கடைக்கொள்ளி,காடு,அண்மைநெருப்பு முட்செடி, விறகு இவையெல்லாவற்றுக்குமான ஒற்றுமை என்ன தெரியுமா..? தமிழ் கிறங்க வைக்கிறது என்னை. இவை எல்லாம் முளறி என்ற ஒற்றை சொல்லுக்கான வெவ்வேறு அர்த்தங்கள்.

# 21

## மணி என்னும் மகாநடிகன்

(**க**வுண்ட) மணி ஒரு முரண்சங்கீதம். எல்லோரும் செல்லும் இடதுபுறத்தை விரும்பாத எதிர்ப்புற வாகனம் போல மேலோட்டமாகத் தெரிந்தாலும் தமிழ் சினிமாவை முழுக்க முப்பதாண்டு காலம் அதுவும் நான்கு கூறுகளாக நான்கு வெவ்வேறு முகங்கள் காட்டி ஆளவந்தார் கவுண்டமணி. ஆரம்ப காலப் படங்களில் கிடைத்ததை எல்லாம் தின்று செரிக்கும் பெரும்பசிக்காரனாகத் தான் தன் கணக்கைத் துவங்கினார் மணி. குறிப்பாக பாரதிராஜாவின் பதினாறு வயதினிலே என்ற படம் எங்கனம் எல்லோரையும் வெளிச்சப் படுத்தியதோ அங்கனம் மணியையும் தனியே ஒதுக்கி காட்டியது. "இது எப்படி இருக்கு?"என்று ஸ்டைல் காட்டிய வில்லன் ரஜனிகாந்துக்கு அப்படம் முக்கியமான படம் என்றால் "பத்த வெச்சிட்டியே பரட்டை" என்ற தன் வசனத்தை எல்லோரும் கவனிக்கும் வண்ணம் சொல்லிக் கணக்கைத் துவக்கினார் மணி.

என்ன டெய்லர் என்று கொஞ்சும் சுமதியை ஆசையொழுகப் பார்த்தபடி பிழைப்பு இயந்திரத்தை ஓடச்செய்யும் அந்தப் பாத்திரத்துக்கு பாக்யராஜால் மட்டுமல்ல வேறு யாராலும் இன்னொரு நடிகரைக் கற்பனை செய்து பார்த்திருக்க முடியாது. நெற்றிக்கண் படத்தில் சபல ரஜினிக்கு மேனேஜராக வந்ததும், அமாவாசை.. என்று பெரியமனிதர் ஜீ சீனிவாசன் விளிக்கும் போதெல்லாம்

“உள்ளதைச்சொல்றீங்க”என்று ஒத்து ஊதுவதிலாகட்டும்,மணி கிடைத்ததை எல்லாம் பயன்படுத்திக் கொண்டார். கோவைத் தம்பியின் தயாரிப்புகளிலும் ஆர்.சுந்தர்ராஜன் மற்றும் பாக்யராஜ், இயக்கங்களிலும் மோகன் கமல் மற்றும் ரஜனி உள்ளிட்ட பல இளைய நடிகர்களின் படங்களிலும் தொடர்ந்து இடம்பெற ஆரம்பித்தார் மணி. இரண்டாவது ஆட்டம் தொடங்கிற்று. கொக்கரக்கோ, உதயகீதம், கீதாஞ் சலி, என எத்தனையோ படங்கள் மணியின் தனி காமெடி ட்ராக்குடன் இடம் பெற்றன. உடன் வந்தார் செந்தில். தனியாகவும் இணைந்தும் இருவருமே நடித்த பல படங்கள் வெற்றிபெற்றமைக்கு இருவரும் காரணகர்த்தாக்களானார்கள். கங்கை அமரன் இயக்கத்தில் ராமராஜன் நடித்த கரகாட்டக் காரனும் பிரபு நடித்த பி.வாசுவின் சின்னத்தம்பியும் ஐந்து வருட காலகட்டங்களுக்குள் அடுத்தடுத்து ஒரு வருடம் ஓடிய படங்கள். இரண்டின் சில பொதுமைகளுள் கவுண்டமணி முக்கியக் காரணர். கரகாட்டக்காரன் படத்தில் வரும் வாழைப் பழக் காமெடி அவரை உச்சத்தில் கொண்டுபோனது. கூடவே பயணித்தார் செந்திலும்.

சூரியன் படத்தில் சொல்வார்.. ‘‘அரசியல்வாதிகள்னாலே தியாகிகள் தானே..?”.. ‘‘ஓ... சோகத்திலும் ஒரு சுகம்..” “காந்தக் கண்ணழகி..உனக்கு நான் மினிஸ்ட்ரில இடம் பாக்குறேன்...” ‘‘அரசியல்ல இதெல்லாம் சாதாரணமப்பா..” “உடனே எனக்கு ஃப்ளைட் புக் பண்ணுங்க... நான் டெல்லி போகணும்...” இவையெல்லாமும் லோக்கலில் ஏமாற்றிப் பிழைக்கும் அரசியல்வாதிகளை இன்றைக்கு வரை கண் முன் நிறுத்துபவை.

ரஜினி துவங்கி கமல் தொட்டு எல்லோருடனும் நடித்த மணி எல்லா நாயகர்களுக்கும் சமநாயகராகவே தன்னை நிலை நிறுத்திக் கொண்டார் என்றால் அது நிஜமே. பேர் சொல்லும் பிள்ளை படத்தில் கேஆர் விஜயாவின் மருமகனாக லஞ்சம் வாங்கி வேலை இழப்பவராக நடித்திருப்பார் மணி. அந்தப் படத்தில் கமல் ஹீரோ. மொத்தமே அதன் பின் நாலு படங்களில் தான் கமலுடன் நடித்தார் மணி. தன்னை நிலை நிறுத்திக் கொண்ட பின் அவர் தன் சொந்த உரையாடல் பலத்தால் எழுந்து நின்றார். நாயகர்கள் நடுங்கினர் என்றால் அது தான் நடந்தது. சிங்காரவேலன் மற்றும் இந்தியன் ஆகிய படங்களில் கமலுடனும் மன்னன், உழைப்பாளி மற்றும் பாபா ஆகியவற்றில் ரஜினியுடனும் 90களுக்குப் பின் நடித்தார். மணிவண்ணனுக்கு இணக்கமான நடிகராக அவர் இருந்தார் என்பது ரசமானது. எத்தனையோ படங்களில் மணிவண்ணன் கவுண்ட மணியின்

சிறந்த நடிப்பை வெளிக் கொணர்ந்தார். முக்கியமான படம் புதுமனிதன். பின்னால் நடிகராக உரு வெடுத்த மணிவண்ணனுடன் மாமன் மகள் உள்ளத்தை அள்ளித்தா படங்களில் தானும் சதமடித்தார் மணி. உள்ளத்தை அள்ளித்தா படம் அவரை இணை நாயகனாக்கியது. அடுத்தடுத்த படங்களை எடுத்த சுந்தர்.சி. கவுண்டமணிக்கெனவே கதைகளைத் திருத்தினார் அல்லது யோசித்தார். உனக்காக எல்லாம் உனக்காக படம் ஒரு உதாரணம். வில்லனாக ரகசியப் போலீஸ் படத்தில் மிளிர்ந்தார் மணி. பதவிக்கு வரத்துடிக்கும் அமைச்சராக தத்ரூபம் காட்டியிருப்பார் மணி. பரதனின் ஆவாரம்பூ படத்தில் வாழ்ந்து காட்டியிருப்பார் மணி. வாத்தியார் வீட்டுப் பிள்ளை, மதுரைவீரன் எங்கசாமி போன்ற சில படங்களில் வில்லன் என்றால் கதைப்படி வில்லனாகவே நடித்திருப்பார்.

ஷங்கரின் படங்களான இந்தியன், ஜெண்டில்மேன் இரண்டிலும் கலக்கியிருப்பார் மணி. அவர் கதாநாயகனாக பணம் பத்தும் செய்யும் போன்ற சில படங்களில் நடித்தது இன்னுமொரு ஆச்சர்யம். சரத்குமாருடன் மகாபிரபு படத்தில் அடிக்கும் லூட்டி ஒரு சாம்பிள். சத்யராஜுடன் பிரம்மா, நடிகன் என பல படங்கள், பி.வாசுவின் அன்புக்குரிய நடிகர் கவுண்டமணி. இளைய தலைமுறை நடிகர்களான விஜய் அஜீத் உள்ளிட்டவர்களின் ஆரம்பப் படங்கள் பலவற்றில் நடித்தார் மணி. பார்த்திபனுக்கும் மணிக்கும் நன்றாக ஒத்துவந்தது. இயக்குநர்கள் குருதனபால், ரங்கனாதன்.சி. சுந்தர்.சி, ஆகியவர்கள் மணியுடன் நிறைய்ய படங்கள் செய்தார்கள். வீ.சேகர் பல வித்யாசமான வேடங்களை மணிக்கு வழங்கினார். ஒண்ணா இருக்கக் கத்துக்கணும் மற்றும் பொறந்த வீடா புகுந்த வீடா மேலும் பொண்டாட்டி சொன்னா கேட்டுக்கணும் போன்றபடங்கள் சில. மணி இன்று வரை பேட்டிகளைத் தவிர்த்துக் கொண்டே வந்து இருக்கிறார். என் நினைவறிய ஆனந்த விகடனில் ஒரே ஒரு அட்டைப்படப் பேட்டி படித்த ஞாபகம். மணி சொந்தமாய் வசனம் பேசும் ஆற்றல் படைத்தவர். ஆரம்ப படங்களுக்கு ஏ.வீரப்பன் என்ற (மெட்ராஸ் டு பாண்டிச்சேரி படத்து காமெடி நடிகர்) பழைய நடிகர் மணிக்கு டிராக் எழுதிவந்தார்.என்ற போதும் மணி இயக்குநர்களிடம் தனக்கு என்ன பாத்திரம் என்று கேட்டுக்கொண்டு சூழலுக்கேற்ற வசனங்களைக் கச்சிதமாக பேசிவிடும் ஆற்றல் கொண்டவராக திகழ்ந்தார்.

உலக சினிமாக்களை விரும்பிப் பார்க்கும் ஆர்வம் கொண்ட மணி, சினிமாவின் நுட்பங்களை நன்கு அறிந்த அறிவுஜீவி என அவரோடு நெருக்கமாய்ப் பழகிய நண்பர்கள்

சிலர் சொல்லக் கேட்டு இருக்கிறேன். கடைசியாக மன்மதன் படத்தில் நடித்த மணி அதன் பின் ஓய்வெடுக்கலானார். இன்றைக்கும் என்றைக்கும் தகர்க்க முடியாத மணி தமிழ் நிலத்தின் நகைச்சுவை சக்கரவர்த்தி என்று சொன்னால் அது மிகையாய்ச் சொல்வதல்ல..

**இன்றைய கவிதை**

பார்க்கத்தான் போகிறீர்கள்
கடலில் நீந்துகிறாள் ஒரு நிர்வாணமங்கை
நீரின் மேல் நடக்கிறார் ஒரு தாடிக்காரர்
எங்கே அந்த அற்புதங்களின் அற்புதம்
மேலுலகத்தில் அறிவிக்கப்பட்ட அதிசயம்?

ழாக் ப்ரெவர்
சொற்கள்
தமிழில்:வெ.ஸ்ரீராம்,

## 22

# ஒரு ராஜாவின் ரெண்டு பாட்டு

ரகுவரன் மலையாளக் கேரளத்தில் பிறந்தவர். இறக்கும் வரைக்கும் சர்வ மொழிப்படங்களில் நடித்தவர். ஒரு மனிதனின் கதை ஏழாவது மனிதன் ஆஹா, என் பொம்முக்குட்டி அம்மாவுக்கு, அஞ்சலி, சம்சாரம் அது மின்சாரம், லவ்டுடே ஒரு ஓடை நதியாகிறது போன்ற படங்களில் மனதை நிரப்பிய ரகுவரன் ஒரு அபாரமான நடிகர். வாழ்க்கை வில்லனாகி அவரை வில்லனாக்கியது. ஒன்றிரண்டல்ல பல சுற்றுக்கள் பல படங்கள் கொடூரமான எதிர்நாயகனாக பங்கேற்றார். நடிப்பை வீட்டுப்பாடம் செய்து வந்த ஒருசில கலைஞர்களுள் அவரும் ஒருவர். தான் நடித்த அன்றி தான் பங்கேற்ற எந்தப் படத்திலும் எந்தப் பாத்திரத்திலும் சுமாராக நடித்ததாக எவரும் சொல்ல முடியாத நிரந்தர நட்சத்திரம் ரகுவரன். ரகுவரன் சரியாக ஐம்பது வருடங்களே வாழ அனுமதிக்கப்பட்டார் என்பது பெருஞ் சோகம். இன்னுமொரு ஐம்பதில் கலைந்த மகா ஆளுமை மைக்கேல் ஜாக்சன். இருவருமே வாழ்ந்திருக்கலாம் என்று சொல்வதை விட, அவர்களை விரும்பிய பலரும் இவ்விருவரும் வாழ்ந்து கொண்டிருப்பதாகவே நம்புகிற அளவுக்கு மனங்களை களவுசெய்தவர்கள்.

மதுரை என்றாலே இன்னமும் மாறாதிருக்கிற இடங்களில் இருநூறாம் ஆண்டை நெருங்கிக் கொண்டிருக்கிற பசுமலை உயர்நிலைப் பள்ளி நினைவுக்கு வந்தாக வேண்டும். மதுரைக் கல்லூரியும் அமெரிக்கன் கல்லூரியும்

அவற்றின் தம்பி தங்கைகளான ம.க. உயர்நிலைப் பள்ளியும் அ.க.உயர்நிலைப் பள்ளியும் கூட. திருமலை நாயக்கர் மகால் மாதிரி சுற்றிப் பார்க்க இவற்றில் எதுவுமில்லை. இன்னமும் கற்பித்தல் நடந்து கொண்டிருக்கிறபடியால் பஜனைக்கு இடமில்லை. தமுக்கம் என்ற பேரில் ஒரு மைதானம். மதுரையில் சர்வ பரபரப்புச்சாலையில் இருக்கிற இந்த பரந்த வெட்ட வெளி அரசுக்கட்டுப்பாட்டில் இருக்கிறது. தமுக்கம் என்ற சொல் அலாதியானது. யானைத்தாவளம் அதாவது யானையைப் போருக்கனுப்பும் இடம் என்று பொருள். தமுக்கம் தனியாக நிற்கிறது.. யானைகள் கோயில்களிலும் மெலிந்த பாகன்கள் பூச்சாண்டியாக நடிப்பதை அனுமதித்தபடி தும்பிக்கை ஏந்தி வீதியுலா வருபவைகளாகவும் இருக்கின்றன. ராணுவம் காவல் துறைகளுக்கு இப்போது நாய் மற்றும் கொஞ்சூண்டு குதிரை தவிர யானையெல்லாம் சத்தியமாய்த் தேவைப்படவே இல்லை.

சிகரம் தெரியும்... சீகரம் என்றால்..? அது அப்புறம்.

## இன்றைய கவிதை

**இடம்**

கடல்மீது ஒரு பறவை
தனது பழையதீவைத் தேடிச் செல்கிறது
தீவு இதுவரை அறிந்திராத
புதிய தானியத்தை விதைக்க
அலகில் முற்றிய கதிரொடு
மண்வாசனையை ஞாபகம்கொண்டு
பறவைக்கும் தீவுக்குமிடையே

**ஆறாத கதிரொளி - மாலதி மைத்ரி**

மழைத்துளி,சிறுமழை,நீர்த்துளி,மழைபுனற்றிரை,கடற்றிரை, கரகம், கவரி, திருநலம், வாழ்வுசுக்கு... இவையெல்லாவற்றுக்கும் பேர் தான் சீகரம். சீகரத்தின் பொருட்கள் இவை.

## இன்றைய பாடல்:

பூங்காற்று புதிரானது புதுவாழ்வு சதிராடுது என்ற சோக சிச்சுவேஷனல் பாடலில் வருகிற இடையிசையானது அதே காலகட்டத்தில் வெளியான என் வாழ்விலே வரும் அன்பே வா என்ற சந்தோஷ சிச்சுவேஷன் பாடலுக்கும் இடையிசையாக ஒலிக்கும் அட்சரம் மாறாமல். அதெப்படி கமலுக்கும் ரஜனிக்கும் என்று கேட்பவர்களுக்கு... இன்றைக்கு இப்படி செய்ய முடியாது. அன்றைக்கு இவை இரண்டுமே ஒற்றை ராஜாவின் ரெட்டை பாடல்களாக இருந்தன.

23

# முடித்து வைக்கப்பட்ட வாக்கியங்கள்

காலத்தால் அலட்சியப்படுத்தப்பட்ட ஆளுமைகள் தனித்த முகங்களோடு சாகாவரம் எய்துகின்றனர். இறப்புக்குப் பின்னதான விஸ்வ அரூபம் எந்தவித திட்டமிடலும் இன்றிப் பிறகு வந்தவர்களால் கட்டமைக்கப் படுகின்றது. வறுமையில் இறந்தவர்கள், சரியாக அங்கீகரிக்கப் படாதவர்கள், எள்ளி நகையாடப் பட்டவர்கள், குறை கூறப்பட்டவர்கள். கல்லடியும் சொல்லடியும் கசையடியும் தலை நறுக்குதலும் விஷம் அருந்துதலும் என விதவிதமாக தாம் வாழ்ந்த காலகட்டத்தால் தண்டிக்கப் பட்டும் வஞ்சிக்கப் பட்டும் தவறாகக் கருதப்பட்டும் தள்ளி வைக்கப் பட்டும் பலவிதங்களில் வதைக்கு உட்படுத்தப் பட்டிருக்கின்றனர். ஓவியர்கள் கவிஞர்கள் நடிகர்கள்,எழுத்தாளர்கள், பேச்சாளர்கள் என எல்லாக் கலை வடிவத்திலும் கலகத்தை முன்னெடுத்தவர்களை பெருங்கூட்டமொன்று துரத்தி வதைப்பதை வழக்கமாகக் கொண்டே வந்திருக்கிறது. நிலம் மொழி என எந்த வேலிகளும் இல்லாத பொதுவெளியில் ஒற்றைப் பலராக வீழ்த்தப்பட்டு தான் கடைசிவரை கைவிடாத தத்தமது செயல் சித்திரங்களால் அடுத்து வந்த காலகட்டங்களால் கொண்டாடப் பட்டும் உயர்த்தப் பட்டும் வருவது தொடர் நிகழ்வாகவே தொடர்வது ஆச்சரியமான ஒற்றுமை.

இயேசு கூட ஒரு ஓவியராகவோ அல்லது நாடகாசிரியராகவோ இருந்திருக்கக் கூடும். மருத்தவராக இருந்திருக்க நிறைய்ய வாய்ப்பு உள்ளதென நான் கருதுகிறேன். அவருக்கு வழங்கப் பட்ட கடவுள் அந்தஸ்து கூட கொல்லப்பட்ட ஒரு கலைஞனின் இறப்புக்குப் பின்னர் அவனை உயர்த்தி வைப்பதன் மூலமாக அவன் முன்னெடுத்த கலகமொன்றைக் கைவிடச்செய்யும் தந்திரமாக இருக்கலாம். தான் வாழ்ந்த காலத்தில் கொண்டாடப்பட்டானா பாரதி..? தான் கொண்டாடப் படுவோமென்று தெரிந்திருக்குமா ஜான் ஆப்ரஹமுக்கு..? கலீலியோ இறக்கையில் வாழும் ஆசை அவன் அறிவு விசாரணைகளைக் குற்றம்சாட்டி இருக்குமோ..? சந்திரபாபு என்ற ஒரு நடிகன் தான் படமாய் தொங்கப் போவதில்லை பாடமாய் மாறப்போகிறோம் என்பதை சற்றேனும் அறிந்திருந்தானா..? ஆர்.கே.சேகருக்கு ஆஸ்கார் விருது வாங்கப் போகிற மகன் தன் வீட்டில் வளர்ந்துகொண்டிருப்பது ஒரு கனவின் சிதைந்த சித்திரமாகவாவது ஒரு தூரத்தேய் குரலாகவாவது உணர்கிற வாய்ப்புக் கிட்டி இருக்குமா..? ஸ்ருதிபேதங்களா இவர்கள்..? வாசிப்புப் பிழைகளா..? வாசித்தவர்களின் குற்ற ஓவியங்களா..? முகமற்ற ஒரே சித்திரம் தான் ஆத்மாநாமும், ஷோபாவும், பாரி வெங்கட்டும், வாசனும், ராமானுசனும் இன்ன பிற முப்பது வயதுகளில் மரணமடைந்த எத்தனையோ தன் நிரூபண சுயம்புகள் அனைவரும் முடித்து வைக்கப்பட்ட வாக்கியங்கள் தானா..? அல்லது நெடியநீள் வாழ்தல் அனுமதிக்கப்பட்ட பிறருக்கான எச்சரிக்கை தீபங்கள் எரியும் பயணப்பாதை நடுகல் தெய்வங்களா..? விட்டுவிடலாம்.

குமுதம் என்றாலே ஆறுவித்யாசங்கள். குமுதம் என்றாலே அரசு பதில்கள், குமுதம் என்றாலே நடுப்பக்கப் படமும் துணுக்கும், குமுதம் என்றாலே அதன் வழவழ தாள், குமுதம் என்றாலே பிரார்த்தனை கிளப், குமுதம் என்றாலே கார்டூனுடன் கூடிய தலையங்கம்.. எஸ்.ஏ.பி என்னும் மகாமனிதரின் ஆட்சியில் குமுதம் எந்த விதிமுறையுமில்லை என்ற விதிமுறையைத் தனக்கெனக் கொண்டிருந்தது. என் பால்ய காலங்களில் குமுதமும் விகடனும் எங்கள் வீட்டு ரேஷன் கார்டில் இடம்பெற்ற என் அண்ணன்மார்கள். ராஜீவ் கொல்லப்பட்ட அந்த வார ஜூனியர்விகடன் அட்டைப் படத்தில் பிணச் சிதறலாய்க் கிடக்கும் ராஜீவும் அவர் பிணத்தைக் குனிந்து

அடையாளம் தேடும் மூப்பனாரும். அந்த புத்தகம் விலைக்கு வந்த போது விற்பதற்குக் கடைகள் திறந்து இல்லை. நாடடங்கு உத்தரவை தாமாகவே அமல் செய்துகொண்டிருந்தாற்போல் அடங்கிக் கிடந்தது இந்தியா. தென் மூலையில் இன்னமும் பதற்றமாயிருந்த நேரம். பால் வண்டிகள் மட்டும் தான் மிகக் குறைவாக போக்கும் வரத்தும் ஆகின. அந்த தருணத்தில் திருநகர் ஐந்தாவது நிறுத்தத்தில் புத்தகக் கடை வைத்திருந்த ஒரு பெரியவர் தம் கைக்கு வந்து சேர்ந்திருந்த ஜூனியர்விகடன் கட்டை அவிழ்த்து தன் பூட்டிய கடை வாசலில் குத்தவைத்து அமர்ந்திருக்க மொத்தம் 10 நிமிடங்களில் விற்றுத் தீர்ந்தன பிரதிகள். அந்தப் பெரியவர் தனக்கெனச்சுருட்டி வைத்திருந்த ஒரே ஒரு பிரதியை சுற்றுக்கு வந்த போலீஸ் அதிகாரி ஒருவர் கேட்பதாகச் சொல்லி அவரது ஏட்டையா ஓடி வந்து காசு கொடுத்து வாங்கிச் சென்றார். (நேருவின் ஒரு மகளும் இரண்டு பேரன்களும் பாதி வாழ்க்கை வாழ்ந்தவர்கள், கொல்லப் பட்டவர்கள் என்னும் அமானுஷ்யமான பயங்கரமொன்று லேசாய்க் குளிரெடுக்கிறது மனதில்.)

அந்தப் பிரதி உள்ளிட்ட எவ்வளவோ சம்பவங்களில் இன்னமும் நினைவுகள் சுழல்கின்றன. ஆனந்த விகடன் என்பது வெறும் பத்திரிக்கையா? இல்லை என்றே தோன்றுகிறது. தமிழ் நிலத்தில் மக்களின் குடும்பங்களுக்குள் நுழைந்து இதயங்களில் ஊடுருவி கரைந்து கரைத்து இன்றைக்கு பிரிக்க முடியாத பந்தமாய் அவிழ்த்தறிய முடியாத சூத்திரமாய் மாறிப்போயிருக்கிற விகடன் ஒரே வார்த்தையில் சொல்வதானால் நம்பிக்கை. நூற்றாண்டை நெருங்கும் நம்பிக்கையொன்றின் கூட்டுருவம். தனிப்பட்ட முறையில் எனக்கு இன்னமும் புதன்கிழமை ஆகிவிட்டால் சாயங்காலத்தில் பெரியார் பேருந்து நிலையம் வரை சென்று கட்டுப் பிரித்துக் கொண்டிருக்கையிலேயே வாங்கிப் படித்தால் தான் சரியாகிறது. கரநடுக்கம்.(என்)விகடன்..!

**ப**ரிசளித்தல் என்பது எந்தப் புள்ளியில் தொடங்கிற்று..? “எனக்கு அந்த ஆப்பிளை பறித்துக் கொடேன்” என்று ஆதியவனிடம் ஏவ அவள் கேட்கும் வரை அந்த மடமூதாதைக்கு ஏன் புரியவில்லை தாமாகவே ஒரு ஆப்பிளைப் பரிசாகக் கொய்து தரவேண்டும் என்று..? கேளுங்கள் தரப்படும் என்பது எங்கனம் பரிசென ஆகும்? சில பொது தினங்கள் பண்டிகைகளுக்கு ஒருவருக்கொருவர் பரிசளித்துக் கொள்ளும் வழக்கம்

எப்படி ஆரம்பித்திருக்கும்? ஆடித் தள்ளுபடிகளுக்கெல்லாம் ஒரு ஆதித் தள்ளுபடி இருந்திருக்க வேண்டுமல்லவா..? பாட்டுக் கேசட்டுகள்,புத்தகங்கள்,டைரிகள், (பேனா கர்ச்சீப் இவையெல்லாம் எதிர்செண்டிமெண்ட்) கீசெயின்,சின்ன சின்ன பொம்மைகள், வாழ்த்து அட்டைகள்,துவங்கி ஒரு தாற்காலிக வாலிபகால முக்கியத்துவத்தை மட்டும் கொண்ட முன்னும் பின்னும் அர்த்தமற்ற ஒரு சம்பிரதாயம் பரிசளித்தல்.கல்லூரி காலங்களில் காதல் பொழுதுகளில் பரிசளித்தல் என்னும் சடங்குக்கு மிக முக்கிய அந்தஸ்து ஏற்படும்.காதல் தேய்கையில் நிறமும் இடமும் இழந்து தூர உயர இருளில் தூங்கச்சென்றும் விடும் பரிசுகள்.

நான் பேச நினைப்பதெல்லாம் நீ பேசவேண்டும் என்றால் பிறகு நானெதைப் பேச..? எண்ண அலைவரிசை ஒத்துப்போவதை குறிக்கிற பாடல் அருமையான ஒன்று. ஒத்திசைந்த நட்பும் புரிதலும் எல்லாருக்கும் எல்லா பொழுதும் ஆசீர்வதிக்கப் படுவ தில்லை. முகப்புத்தகத்தில் அத்திப்பூக்கிறது எப்போதேனும் நன்னன்னட்புக்களாய். பரிசுப் பொருள் சுற்றிவரும் ஜிகினாக் காகிதங்கள் ஒரு பரிசுத் தருணத்தில் அங்கேயே அப்பொழுதே கைவிடப் பட்டு கழுத்தறுபட்டு கிழிக்கப்பட்டு கசக்கப்பட்டு தூர எறியப்படுவது வேதனை. எல்லோரும் அதை சாதாரணமாக செய்கையில் என் கல்லூரிக் காலத்தில் எனக்குத் தரப்பட்ட சிற்சில சிறு பரிசுகள் சுற்றி வந்த ஜிகினாத்தாட்களைக் கூட நிறைய்ய சேகரித்து அவரவர் பேரெழுதி ஒட்டி... **well....sweet nothings are always somethings...**

முனைவர் க.கோவிந்தன் தமிழ்த்திரைப்படங்களில் ஆண் பெண் பால்பேதம் என்றொரு புத்தகத்தை எழுதி இருக்கிறார் 2001 ஆமாண்டு குமரன் பதிப்பக வெளியீடாக வந்த இப்புத்தகம் திரைத்துறை ஆய்வியலில் ஒரு மிக முக்கியமான புத்தகம். முதல் பத்து பக்கங் களிலேயே என்னை கழற்றி மாற்றிவிட்டது என்று தயங்காமல் சொல்வேன். வாசிக்க வேண்டிய புத்தகம்.

மயிர்க்குட்டி என்றால் என்ன..?அப்புறம் சொல்கிறேன்.

////அவர்கள் தங்கத்தை மட்டுமே தேடினார்கள்,தம்முடைய இலக்கான புதையலை மட்டுமே அவர்கள் தேடினர். இலக்கிற்காகவே வாழ்ந்து தீர வேண்டுமென்று அவர்கள் உண்மையில் விரும்பியதில்லை.////// பவ்லோ கொய்லோ

எழுதிய அல்கெமிஸ்ட் தமிழில் "ரஸவாதி" தமிழில் பி.எஸ். முருகேசன். காலச்சுவடு வெளியீடு.

## இன்றைய கவிதை

கண்களைக் குருடாக்கியது
தீயின் ஒளி
கண்களைக் காணச்செய்தது
ஒளியின் ஒளி

விண் வரையும் தூரிகைகள்
தேவதேவன்

மயிர்க்குட்டி என்றால்.. கம்பளிப் பூச்சி. அடுத்த முறை பார்க்கையில் அடிக்காதீர்கள். ஒருமுறை கொஞ்சிவிட்டு அப்புறப்படுத்துங்கள்.

24

# தாற்காலிகப் பறவைகள்

தீயினால் சுட்ட புண் உள் ஆறும் ஆறாது நாவினால் சுட்டவடு மட்டுமல்ல. இன்னுமொன்று இருக்கிறது. காலம் கல்வி என்கிற கருவி கொண்டு சமூகத்தை உழுகிறது. விளைவுகள் கலாச்சார மலர்களாகின்றன. நேற்றைக்கு முன் தினம் எது மற்றும் எவை எல்லாம் பிடித்தங்களாகவும் பாணிகளாகவும் இருந்தனவோ அவையாவும் நேற்றைக்கு அதிகாலை நிராகரிக்கப்பட்டு நேற்றைக்கு மதியம் கை விடப்பட்டு நேற்றைய மாலை முற்றிலுமாக மறக்கப்படுகின்றன. இன்றைய காலை அதுவே கொஞ்சம் அலங்கரிக்கப்பட்டு மீண்டும் கையிலெடுக்கப் படுகின்றது. உடை அலங்காரமாகட்டும் சிகை திருத்தமாகட்டும் நிறைய்ய உதாரணங்களை அடுக்க முடியும். ஆகவே பழையன கழிதலின் போது ஒன்றுக்கு நான்கு முறை யோசித்து கழித்தல் நலம் என்பேன். நாளை யாரறிவார். ஒருவேளை அதீத விலைக்கு மீண்டும் நாமே அதனை வாங்க வேண்டியிருக்கலாம். இந்த மாதிரியான எல்லாவற்றிலும் காலம் என்ற ஐந்து ஒளிந்து பிடித்து விளையாடுவது சுபசுகம். பெல்பாட்டம் பேண்ட் முதல்முறை வாழ்ந்து பின் வாழ்ந்து கெட்டு பிறகு மீண்டும் வாழவந்ததற்கு இடையில் காலம் என்னவெல்லாம் ஆட்டமாடியிருக்கின்றது..?

நாவினால் சுட்ட வடு மட்டுமல்ல அந்த இன்னுமொன்று பச்சை குத்துவது. பரவலாக

மொழியோடே சேர்ந்து வளர்ந்தது இவ்வுலகம். மொழி ஒரு கட்டத்துக்கு மேல் நிரந்தரிக்கையில் எல்லாம் அதனை உட்படுத்தி நிலங்களில் மக்களின் வாழ்க்கையில் பரவலான மாற்றங்கள் நேர்ந்தன. மொழி மெல்லத் தான் மாறியதாகத் தோன்றும். இந்த மேட்ரிக்ஸ் அலாதியானது. பச்சை குத்திக் கொள்வது நமக்கு முந்தைய காலகட்டத்துக்கு முன் பழைய காலத்தில் படிக்காதவர்களின் செயல். தன் பெயரைக் கேட்டால் அதனை சொல்ல தெரியாதவர்கள் பச்சை குத்திக் கொண்டிருக்கக் கூடும். கணவன் பேரை சொல்லக் கூடாது என்ற சாங்கியத்தைக் கடைபிடிக்க அவரை தன் மனசிலும் அவர் பெயரை தன் கையிலும் பச்சை குத்திக் கொண்டனர் பெண்டிர். சில சிறுதெய்வங்கள் சக்திசூலம் நாகம் போன்ற உருவங்கள் பேரளவில் பச்சை குத்திக் கொள்ளப் பட்டன. கல்வி வளர வளர இது அன்னியப்பட்டு அறியாமைக்குண்டான செயலாக அடுத்த தலைமுறையினரால் பார்க்கப் பட்டது.

பச்சைகுத்துதல் கிராமத்திய வழக்கமாக தங்கித் தளர ஆரம்பித்தது. தமிழக அரசியல் உலகில் பச்சை குத்துவதற்கு ஒரு தனி இடமும் தனி முகமும் ஏற்பட்டது இன்னும் சுவாரசியம். அதற்குக் காரணம் எம்.ஜி.ஆர்.

தி.மு.கவில் இருந்து *1972* ஆமாண்டு அக்கட்சியின் அப்போதைய பொருளாளர் எம்.ஜி.ராமச்சந்திரன் நீக்கப்பட்டார். கருணாநிதி முதல்வராக தேர்ந்தெடுக்கப் பட்டபிறகு மூன்றாண் டுகள் கழித்து இச்சம்பவம் நடந்தது.அதன் பின்னர் ஐந்து ஆண்டுகள் எம்ஜி.ஆர் தன் புதிய கட்சியான அதிமுக வை வளர்க்கவும் தான் முதல்வராகவும் பயன்படுத்திக் கொண்டது அனைவரும் அறிந்த வரலாறு. அதிகமறியாத குட்டி வரலாறு ஒன்று பச்சை குத்துதல். ஒரு பெரிய கட்சியை உடைத்து இன்னொரு கட்சியாக அதிமுக வந்தபோது அதற்கு முன்னால் திமுகவில் அணிவகுத்தவர்களில் எம்ஜியார் அனுதாபிகளும் வெளியில் இருந்து வந்த அவரது ரசிகர்களும் ஒருங்கிணைந்து புதிய கட்சி கட்டமைக்கப் பட்டபோது முதல் சில ஆண்டுகள் இரண்டு கட்சிகளுக்கிடையில் ஊடாடியவர்களும் ஊசலா டியவர்களும் இருந்தனர். அரசியலில் நிரந்தரத் தொண்டர்களும் தாற்காலிகப் பறவைகளும் ஒருமித்தே கட்சிகளும் காட்சிகளும் அமையும் என்னும் படியால் எம்ஜி ஆர் தனது தொண்டர்களைத் தனித்து நோக்க அனைவரும் கையில் பச்சைகுத்திக் கொள் வதை விரும்பினார். அரசன் எவ்வழி மக்கள் அவ்வழி தானே..?

பொத்தாம் பொதுவாக அண்ணா படத்தைக் கையில் குத்திக் கொண்டவர்கள் அதி புத்திசாலிகள். எம்.ஜி ஆர் படத்தை குத்திக் கொண்டவர்கள் அவர்தம் பக்தர்கள். ஒரு மர்மப்புன்னகையில் உதித்த சூத்திரம் நன்றாகவே வேலை பார்த்தது. அந்தப் புன்னகை எம்.ஜி.ஆர் என்ற மனிதருடையது. அதற்கு முன்னும் பின்னும் அந்த அளவுக்கு அதீத அளவு வேறெதற்காகவும் இந்த நிலத்தில் பச்சை குத்திக் கொள்ளப்படவில்லை. இன்றைய காட்சிகளில் பச்சை குத்திக் கொள்வது அருகிப் போய்விட்டது.

காலம் தன் பங்கிற்கு டாட்டூஸ் என்ற வேறு ஒரு அணுக்க பூதத்தை அறிமுகம் செய்தது. படித்த மேல் தட்டு வர்க்க வெள்ளைத் தோல் வர்க்கம் இந்த முறை பாம்பு பல்லி ட்ராகன் என உடல் பாகங்களில் எவ்வெவற்றை காண்பிக்கலாம் என நினைக்கின்றார்களோ அங்கே எல்லாம் குத்திக்கொண்டு திரிவது முரணின்பம். தாற்காலிகமாக குத்திக் கொண்டு பின்னர் அழித்துவிடக் கூடியவை இன்னமும் சௌகரியமாக இருக்கின்றதெனத் தகவல்.

ஒரு வாரத்துக்கு முன்னர் மதுரை பெரியார் பேருந்து நிலையத்தில் ஒரு அம்மாள் வயது எப்படியும் எண்பது இருக்கும். தன் தலையில் சும்மாடு இருத்தி கூடைநிறைய்ய சப்போட்டா சுமந்து விற்பனை செய்துகொண்டிருந்தார். பாம்புக்குட்டி அவரிடம் முதலில் பேரம் பேசியவன் பிறகு சொன்ன விலையே தந்து பழங்கள் வாங்கினான். வழக்கம் போலவே நான் தான் பணம் தரவேண்டி யிருந்தது. கொடுத்து விட்டு மிச்சம் வாங்குகையில் அந்தக் கிழத்தியின் சுருங்கிய கையில் “ரா.போச்சி” என்றிருந்தது.அது என்ன போச்சி என்று கேட்டேன்.

வாய் நிறைய்ய சிரித்து விட்டு “அது பேச்சிங்க... தப்பா குத்திப்புட்டாக” என்று கிளம்பி காற்றில் கலந்தாள். ஒரு எழுத்துப் பிழையைத் தன் உடலில் கிட்டத்தட்ட அறுபது எழுபது ஆண்டுகாலம் சுமந்து கொண்டிருக்கிறாள். எத்தனை முறை அந்த ஒற்றைப் பதிலுக்கான கேள்வி அவளிடம் கேட்கப் பட்டிருக்கும் என்று சிந்தித்தேன். தெரியவில்லை. இன்னும் நூறு வருடங்கள் வாழ்க என்று அவள் சென்ற திசையில் என் வாழ்த்துக்களை எறிந்தேன்.

## இன்றைய கவிதை

**சார்தல்**

யாருடைய வழிகளையும்
மறித்ததில்லை எனது நிழல்கள்
அளிக்கப்பட்டதற்கு மேல்
எதுவுமில்லை இப்பிரார்த்தனைகளில்
உன்னை அழுத்துவதற்காக அல்ல
இந்தப் பாரங்கள்
வெறுமனே சார்ந்திருக்கிறேன்

மனுஷ்யபுத்திரன்
நீராலானது.
உயிர்மை வெளியீடு

மனுஷ்யபுத்திரனின் இக்கவிதை முடிகின்ற இடத்தில் நமக்குள் படர்கிற வெறுமையின் சாம்பல் அதிபயங்கரமானதாயிருக்கிறது. கிளம்பப் போகும் பறவை ஏற்படுத்தப் போவது ஒற்றை வெற்றிடத்தையா என்ற நிரடல் வெற்றிகரமாக உள் செலுத்திவிடுகிறது

25

# பூச்சாண்டி நாயகன்

இப்பவும் வெள்ளைக்காரர்களிடமிருந்து எந்த விதமான வேறுபாடும் இல்லாமல் நாம் தழுவிக்கொண்ட முதலாவது விஷயம் எதுவென்றால் கிரிக்கெட். அதன் வரலாறு நெடியது. ஆரம்பத்தில் கிரவுண்டுக்குள் மரங்கள் இருந்திருக்கின்றன. உயரே அடித்த பந்து கைக்குக் கிடைக்கும் வரைக்கும் கீழே இருவர் ஓடிக் கொண்டே இருந்ததை செய்வதறியாது பார்த்துக் கொண்டிருந்த போலிங்க் டீம் கேப்டன் ஆட்களை ஏவி மரமேறி பந்தைக் கவர்ந்தது நம்பமுடிகிறதா..?

அறுபது ஓவர்கள் கொண்ட டெஸ்ட் போட்டியானது இரண்டு அணிகளும் முழுவதுமாக வீழும் வரை அல்லது ஒன்றை மற்றது வெல்லும் வரை என தொடர்ந்து பல நாட்களுக்கு நடந்து வீரர்கள் எல்லாரும் நடைதப்பி வென்று தோற்று எல்லாம் பிறகு விதிகள் மாறிக்கொண்டே தான் இப்போது நிற்கிற இடத்துக்கு வந்து சேர்ந்திருக்கிறது கிரிக்கெட் என்னும் வாகனம். இடையில் ஒரு பந்துக்கு 23 ரன் எடுக்க வேண்டும் என என்னென்னவோ கணித சூத்திரங்களின் அடிப்படையில் கணக்கிட்டு சொல்லி ஒருமுறை தென் ஆப்பிரிக்கா தகர்க்கப் பட்டது.

கிரிக்கெட்டிற்கென நாலு வருடத்துக்கு ஒருதரம் நடக்கிற உலக கோப்பை முதல் இரண்டு முறைகள் கறுப்பினத்தை சேர்ந்த மேற்கிந்தியத்

தீவுகள் அணி கைப்பற்றியது பன்முக வேதனைக்கு ஒரு சிறு பதிலாக நேர்ந்த சாதனை. என் பால்ய காலத்தில் மிகவும் விரும்பப் பட்ட பூச்சாண்டி நாயகன் மால்கம் மார்ஷல். அதன் பின் 1982க்கு பதிலாக அதற்கடுத்த ஆண்டு நடந்த உலகக் கோப்பையில் கஞ்சி காய்ச்சிக் குடிக்கும் வாய்ப்பு நம் பாரதத்துக்கு கிட்டியது இன்னோர் ரசம். அதனைக் கபிலதேவர் கைப்பற்றித் தந்தார். (கபில்தேவ் நிகான்ச்)

அதனினும் இனிது என்னவென்றால் முன் பழைய காலத்தில் ஆங்கில நிலங்களை மையமாக கொண்டே நடந்துவந்த கிரிக்கெட் மெல்ல ஆசியாவின் பிடிக்குள் வந்தது. இந்தியா, பாகிஸ்தான் இலங்கை என மாறிமாறி கப்பைப் பிடுங்கிக் கொண்டுவந்தது அறிந்த நிஜம். அதற்கடுத்தாற் போல் சச்சின் என்ற மகதீரா வந்தபின் எத்தை தின்றாலும் பித்தம் தெளியாது போயிற்று. எல்லோரும் விரும்பும் ஒரு மனிதராக சச்சின் ஆகாமல் இருந்தால் தான் ஆச்சர்யம். இன்றைக்கு 20/20 என்னதான் ஸ்வாரஸ்யமாக இருந்தாலும் கூட உலகர்கள் நம் உள்ளூர்களுக்கு ஆடினாலும் கூட, திக்பிரமை தரும் கடைசி சில ஓவர்கள் எல்லா மேட்சிலும் இடம்பெற்றாலும் கூட, எனது ஆதரவும் ஓட்டும் பழைய சிஸ்டமான டெஸ்ட் கிரிக்கெட்டிற்குத் தான். இன்னமும் வஞ்சக நிஜமொன்று என்னிடம் உண்டு. நிஜ கிரிக்கெட் என்பது டெஸ்ட் மட்டும் தான். அதன் ரகரக நிழல்கள் தான் மற்றெல்லாமும் என்பேன்.

சொல்ல வந்தது வேறு. கனமான ஒரு புத்தகத்தை எடுத்துக் கொண்டு ஒரு நோட்டில் ஒரு பக்கம் இந்தியா என எழுதி அதன் வீரர் பட்டியல் எதிர்ப்புறம் அனேகமாக பாகிஸ்தான் அல்லது ஆஸ்திரேலியாவின் வீரர் பட்டியல் எழுதிக் கொண்டு அந்தப் புத்தகத்தை ஒவ்வொரு முறை மூடித் திறந்தாலும் அதன் வலப்புறத்தில் இருக்கிற பக்க எண்ணின் கடைசி இலக்கத்தை மட்டும் அந்த பந்துக்கான ரன் என கணக்கிட்டு விளையாடும் ஒரு மந்திர விளையாட்டை யார் கண்டுபிடித்தார்கள் என தெரியவில்லை. புக் கிரிக்கெட் எனப் பேர். இதில் இரட்டைவரிசை ஒவ்வொன்றிலும் ஐந்துக்கு ஒன்று என்ற கணக்கில் அவுட் ஆகும் வாய்ப்பு பூச்சியத்தால் வரும்.எட்டு என்ற எண்ணுக்கு ஒரு ரன். மற்ற படிக்கு 2,4,6 அவையெலாம் அப்படியே. மழை பொழியும் சில பதின் பருவ தினங்களில் சன்னலோரத்தில் அமர்ந்து கொண்டு இந்த புக் கிரிக்கெட்டை பலமுறை விளையாடி இருக்கிறேன். யாராவது உடன் விளையாடக்

*கிடைக்கிற நாட்களில் நியாயமாக விளையாடிய அனுபவம் மறக்க இயலாதது. நான் மட்டுமே இரண்டு அணிகளுக்காக விளையாடினால் எப்படியாவது திரிசமன் செய்து இந்தியாவை வெற்றி பெறச் செய்தே விடுவேன். அந்த வகையில் நான் கூட மேட்ச் ஃபிக்சிங்கில் ஈடுபட்டிருக்கிறேன். சென்னையில் இப்போது செட்டில் ஆகிவிட்ட பள்ளித் தோழன் ரமணி சென்ற வருடம் சந்தித்த போது சொன்னான், அவனது 9 வயது மகனுடன் அவ்வப்போது புக் கிரிக்கெட் ஆடுகின்றானாம், இன்னமும். புன்னகையோடு அவனை எதிர்கொண்டேன். அதற்கு அவன் ஏதோ புரிந்தவனாய்*

*"ச்சீ... அவனையெல்லாம் ஏமாத்த மாட்டேண்டா..."என்றான்.*

*கிரிக்கெட்...! மதம்.*

**இன்றைய கவிதை**

## தூங்காத ஒரு கடற்பறவை

பாறைகள் நிரம்பிய கடலாக
படுத்திருக்கிறது இரவு
நீ அனுப்பும்
அலைகளில் மடங்கி
உடைந்து சிதறுகிறது நிலா
தூங்காத ஒரு கடற்பறவை
என்னை
உற்றுப் பார்த்துக்கொண்டிருக்கிறது
உன் கண்களால்

**தண்ணீரில் விழுந்த வெயில்**

**பழநிபாரதி**

26

# இரண்டு பிரம்மச்சாரிகளின் எதிர்காலம்

மொசாட் எனப்படுகிற இஸ்ரேலிய உளவு ஸ்தாபனத்தைப் பற்றி என்.சொக்கன் எழுதி கிழக்கு வெளியீடாக வந்திருக்கும் புத்தகம் மர்ம நாவலொன்றிற்குக் குறையாத புனைவின் மகிழ்வை தந்தது. நேற்றைய இரவைத் தின்றதது. ஆச்சர்யம் என்ன எனில் நிலம் கலாச்சாரம் அரசியல் என எத்தனையோ வேறுபாடுகள் இருந்தாலும் கூட சில பொதுமைகள் மீது நாம் பால்யத்தில் கொள்கிற ஆவலும் தேடலும் எத்துணை வயதானாலும் கூட குறையாமல் பராமரிக்கப் படுவது தான். அவற்றில் தலையாயது உளவு துப்பறிதல் என மத்யம வாழ்க்கைக்கு சற்றும் அவசியமற்ற சில ஐந்துக்கள் என்பேன்.

இரும்புக்கை மாயாவியும் 007மாகட்டும் அல்லது கணேஷ் வசந்த் விவேக் ரூபலா என யாராக இருந்தாலும் சின்னதான குணாம்ச வித்யாசங்களைத் தவிர தொடர்ந்து உயிர்த்திருத்தலும் தொடர்ந்து ஜெயித்திருத்தலும் இவர்களை மனங்களில் வேரூன்றச் செய்கின்றன. சுஜாதாவின் இறுதி அஞ்சலியில் கணேஷ் வசந்த் என்ற இரண்டு பிரம்மச்சாரிகளின் எதிர்காலம் குறித்து கவலைப்பட்டவர்களை நானறிவேன். அதில் அடியேனும் ஒருவன். ஆங்கிலப் படங்களில் தொடர்வரிசை துப்பறியும் படங்கள் அனேகம். ஏன் இந்திய மண்ணில் எடுக்கப்படுகிற படங்களில் இத்தகைய தொடர்வரிசைப் படங்கள்

அதிகளவு இல்லை என்பது கேட்கப் படவேண்டிய கேள்வி. ஒரு பில்லா மீண்டும் பில்லாவாகி அதன் முன் கதை இப்போது பில்லா2 ஆகின்றது. பழைய பில்லாவின் மூலம் பழைய ஹிந்தி டான். ஹம் என்ற ஹிந்திப் படம் பாட்ஷாவானது. இரண்டு வித்யாசங்கள் ஒன்று ரஜனி. இன்னொன்று ரஜனிக்காக மாற்றப் பட்ட ஹம் கதை. அதன் பின்னதான வெற்றி அனைவரும் அறிந்தது.

நம் ஹீரோக்கள் எல்லாப் படத்திலும் செய்கிற கொனஷ்டைகள் ஒருவேளை காரணமாக இருக்கக் கூடும். சினிமா என்ற கலை உலகப் பொதுமையானது என்று சொல்வது ஏற்புடையதன்று. மற்ற கலைகளுக்கு இருக்கிறாற்போலவே நிலம், கலாச்சாரம், பொருளாதாரம், கல்வி, சாதீயம், மதம் என பலவகையான வேறுபாடுகளும் ஊடுபாவுகளும் சினிமாவுக்கும் உண்டு.அவை யெல்லாவற்றையும் மீறி சில விதிவிலக்குகள் வேண்டுமானால் எல்லா நிலங்களிலும் ரசிக்கப்படலாம். ஏற்றுக்கொள்ளப் பட்டிருக்கலாம். என்றாலும் கூட எல்லா வெற்றிப் படங்களும் எல்லா நிலங்களிலும் எல்லா நேரங்களிலும் வெற்றிபெறுவது இல்லை.

உலகப் படங்கள் தொழில் நுட்ப அப்டேஷனின் முக்கியக் கூறே அன்றி உலகப் படங்களைப் பார்ப்பது ஒரு அளவுக்கு மேல் உள்ளூரில் கதை பண்ண உதவாது. வணிக வெற்றி என்பதை மட்டும் கருத்தில் கொண்டு இதனைப் பகிரவில்லை. மலையாளத்தில் எத்தனையோ உணர்வுப் பூர்வமான படங்கள் நமக்கு அன்னியமாக தோன்றியதும் நாம் கொண்டாடிய பல படங்கள் அங்கே சாதாரணமாக பார்க்கப் பட்டதும் வணிகம் தாண்டிய கலாபூர்வமான விஷயங்களை உணர்த்துகின்றன. மலையாள நிலம் எழுத்தாளர்களுக்கு வேறு கம்பளத்தை விரிக்கிறது.

குறிப்பாக சினிமாவில். அதன் வீரியம் காரியத்தில் எதிரொலிக்கிறது. அங்கே கதை திரைக்கதை தொடங்கி லைட்மேன் வேலை வரைக்கும் ஒருவரே பேர் போட்டுக்கொள்ளும் பேரரசியல் இல்லவே இல்லை. இங்கே அது பலவித வட்ட சதுர மாவட்டங்களை உள்ளடக்கியதாக இருக்கின்றதை நம்மால் புறக்கணித்துவிட முடியாது. எல்லாவற்றையும் மீறி சினிமா ஒரு ஆனந்தத் தொழிற்சாலை. அங்கே எது வாசல் எனத் தெரியாமல் எல்லாச் சுவற்றின் எல்லாப் புள்ளிகளிலும் தலையை வைத்து

முட்டிக்கொண்டே இருப்பது தன் சொந்த ஊர் சபையில் தான் நடக்கையில் மாலைகள் விழவேண்டும் என்ற கழுத்தார்வம் கலந்த கலை ஆர்வம் தான். வாழ்க சினிமா.

## இன்றைய கவிதை

நீலக் கதவில் விழியிரண்டும் துடித்து
நீர் பெருகி நிலம் நனைய
சுவற்றின் மேல் சிற்றொளிகள்
ஏறி வழுக்கிப் புகையடிக்கத்
தென் மூலைத் தூணருகில்
தலை கீழாய்க் கிடக்குது கட்டில்

எஸ்.வைத்தீஸ்வரன்

மகாலக்ஷ்மி ஜீவானந்தம் என்றொரு பெண்மணி. முகப்புத்தகத் தோழமை ஜீவ.கரிகாலனின் அன்னை. அவர் என்னுடைய எழுத்துக்களைத் தொடர்ந்து வாசிக்கிற என்னை அன்போடு பாராட்டியும் குட்டியும் விமர்சிக்கிற அன்பர்.என் நண்பர். விஷயம் அவரும் அதுவுமல்ல. ஒரு சுபயோக சுபதினத்தில் அவர் தமது மடிக்கணிணியை அணைக்காமல் அலுவலகம் சென்ற பிறகு அவரது அன்னை அதனினும் இனிது பக்கங்களை படித்து இருக்கிறார். அவர் வீடு வந்ததும் தனக்கு மிகவும் பிடித்திருக்கிறதாக சொல்லி இருக்கிறார். ஜீவ.கரிகாலன் இதனை ஒரு மழையற்ற நாளில் என்னிடம் பகிர்ந்து கொண்ட போது எனக்கு மட்டும் தலைக்குமேலே மழை பொழிந்தது. வாழ்க மெய்யன்பு.

27

# இளையராஜா

*1986-87* வாக்கில் நாங்கள் அப்பொழுது மதுரை கோ.புதூரில் வசித்துக்கொண்டிருந்தோம். ஈ.எம்.ஜி நகர் என்ற குடியிருப்பு பிரதேசம். அந்த சூழலில் எனக்கு 10 வயது தான். இளையராஜாவின் பிரபல பாடல்களை கேட்டே வளர்ந்தேன். என் ஒரே சகோதரி உமா, அப்பொழுது அந்த பகுதி பொங்கல் விழாவில் இளையராஜாவின் "ஊரு சனம் தூங்கிருச்சு" (மெல்ல திறந்தது கதவு) என்ற பாடலை பாடி முதல் பரிசு பெற்ற பாட்டுப்போட்டியை எங்களால் மறக்கவே முடியாது.

ஒரு முறை நிகழ்ச்சி ஒன்றில் குடும்பங் களுக்கிடையில் நிகழ்ந்த மனஸ்தாபங்களுக்கு பின்னதாய் எழுந்த மிக நீண்ட அமைதியொன்றைக் கலைக்க உதவியவர் இளையராஜா. அவரது மணியோசை கேட்டு எழுந்து. (பயணங்கள் முடிவதில்லை) என்ற பாடலை என் அக்காளை பாட சொல்லி என் தாய் மாமன் கேட்க.. அவள் பாட, அவர் பாராட்ட, நல்லவேளை சகஜமானது சூழல். இல்லையேல் அன்றைக்கு உலகப்போர் மூண்டிருக்க வேண்டியது.

என் தந்தை எனக்கு தெரிய அவர் வயது இன்றைக்கு இருந்தால் 77. காலமாகிவிட்ட அவர் அடிக்கடி பாடியது அல்லது முணுமுணுத்தது 2 பழைய பாடல்களை.

1. நீலவண்ணக் கண்ணா வாடா.
2. நான் பெற்ற செல்வம்... நலமான செல்வம்.

அவ்வளவுதான் நினைவிருக்கிறது. ஆனால் அவர் அந்திமக் காலங்களில் அப்பொழுது சாடிலைட் டி.வி. அறிமுகமான பொழுது 1994-96. அவர் அடிக்கடி கேட்ட பாடல், அதை யார் பாடினாலும் விரும்பிக் கேட்பார். ஒரே ஒரு பாடல். வனக்குயிலே குயில் தரும் இசையே..(ப்ரியங்கா) இந்தப் பாடலை அவர் எந்த அளவுக்கு விரும்பினார் என்பதை வேறெந்த பாட்டையுமே அவர் விரும்பியதில்லை என்ற அளவிலேயே புரிந்து கொள்ள முடிகிறது. இன்றைக்கும் என் தந்தை குறித்த நினைவுகளை எனக்கும் எனது குடும்பத்தினருக்கும் இந்த பாடலளவுக்கு வேறெந்த விஷயமுமே ஏற்படுத்திவிடுவதில்லை அவ்வளவு உடனடியாக.

எனது கவனம் ரஜினி என்பதிலிருந்து எனது 17 ஆவது வயதில் முழுக்க முழுக்க இளையராஜா மீது திரும்பலானது. காதுகளை ஊடுருவி இதயத்தை மயங்க வைத்த மருத்துனாய் இளையராஜா எனக்கும் என் சுற்றத்துக்கும் இருந்தார். என் குருதிவழிகளை சுத்தப் படுத்தினார். என் மனசைக் கழுவிக் கோலமிட்டார். என்னை முழுக்க ஆக்ரமித்தார்.

பனி விழும் மலர் வனம் என்னும் இளையராஜாவின் (நினைவெல்லாம் நித்யா) பாடலை என் வாழ்வில் நான் ரசிக்கும் பாடல் நம்பர் 1 எனச் சொல்ல துவங்கி இருந்தேன். அதற்கு ஒரு காரணம், பாலகுமாரன் தனது இரும்புக் குதிரைகளில் அந்த பாடலை வரி வரியாக பயன்படுத்தி இரண்டு பாத்திரங்களின் மனோநிலைகளை எடுத்து வைத்திருப்பார். அந்த பாடலின் மீது அன்று கொண்ட பைத்தியம் இன்றுவரை தொடர்கிறது. ஆக சிறந்த பாடல்களான மூடுபனி (என் இனிய பொன் நிலாவே), ரெட்டைவால் குருவி (ராஜ ராஜ சோழன் நான்), புன்னகை மன்னன் (என்ன சத்தம் இந்த நேரம்), ஆட்டோ ராஜா (சங்கத்தில் பாடாத கவிதை) (மலரே என்னென்ன கோலம்) ராஜா மகள் (பிள்ளை நிலா), மூன்றாம் பிறை (கண்ணே கலை மானே), ஸ்னோரீட்டா(ஜானி)

இந்த பாடல்களெல்லாம் பின்னால் அவற்றிற்கென தன் வரலாறு கொண்டவை. அந்த கால கட்டத்தில் இளையராஜா என் தலைவன் என்று சொல்லத் தொடங்கிய காலம். ஜாதிவெறி மாதிரி மதவெறி மாதிரி, இளையராஜா பற்றி கருத்து கேட்பேன்.

ஒருவர் அவரை பிடிக்கும் என்று விழி விரிந்தால் அவரை என் உறவாக பார்ப்பேன். இல்லை என்றால் சுட்டெரித்து விடுவேன். இளையராஜா என்னும் ஆளுமை ஒரு வித்யாசமான, அதே நேரத்தில் நடிகர்களின் ரசிகர் கூட்டத்தை விட சற்று ரசனையில் உயர்ந்த (என்று நாங்களே நம்பிய) கூட்டமாக மாறுவது என்னையும் சேர்த்து பலருக்கும் பிடித்ததாகவே இருந்தது.

இன்றைக்கு தேடிப்பார்த்தாலும் காண்பதற்கு அரிதான விஷயங்களில் ஒன்று தான் கேசட் செண்டர்கள். அதாவது மதுரை நகர் மத்தியில் இருக்கும் கேசட் கடைகள் ஆடியோ மற்றும் வீடியோ கேசட்களை விற்பனை செய்யும்.. அதே நேரத்தில் நகருக்கு வெளியே குடியிருப்பு பகுதிகளான திருநகர் உள்ளிட்ட பகுதிகளில் ஆம்ப்ளிஃபையர் உள்ளிட்ட சாதனங்களை வைத்துக் கொண்டு விரும்பும் பாடல்களை விரும்பும் வரிசைகளில் பதிந்து தருவர். அப்படி ஒரு கடை தான் சுரேஷ் என்னும் நண்பரின் கடை.

சமீப வருங்காலத்தில் என்னென்ன மாற்றங்கள் வந்து எல்லா பழைய பொதுமைகளையும் விழுங்கக் காத்திருக்கிறது என்பதை கொஞ்சமும் அறியாமல் நாங்கள் இளையராஜாவின் பாடல்களை சுவாசித்து வாழ்ந்திருந்தோம். இன்றைக்கு இண்டெர்னெட்டில் இசை பொங்கி வழிகிறது. எங்கு பார்த்தாலும் எஃப்.எம் எனப்படும் பண்பலை வானொலி. கைப்பேசியில் நினைவுத்தகடு எனப்படும் மெமரி கார்டுகளில் ப்ரத்யேகங்களில் ஒன்றாக இசை பெருகிக்கொண்டிருக்கிறது. ஐபாடு எனப்படும் சின்ன இசைப்பதிவுக்கருவியில் ஆயிரக்கணக்கான பாடல்களை அகர வரிசையில் சேமித்து விடலாம்.

ஆனால்.. அப்பொழுது வாக்மேன் என்னும் கை இசை ஒலி கருவி மிக விலை உயர்ந்தது, அந்த காலகட்டம் இளையராஜாவுக்கு சொந்தமாக இருந்தது. அவரும் ஒப்பாரும் மிக்காரும் இல்லாத பேரரசனாக அந்த காலகட்டத்தை ஆளவே செய்தார். ஒரு கண்டக்டரும், மாணவனாகிய நானும், அகதி முகாமினை சேர்ந்த ஒரு தோழரும் மணிக்கணக்கில் திருநகர் 5வது பேருந்து நிறுத்தத்தில் நின்று பேசியபடியே இருப்போம். எங்களது பேச்சின் பொதுப்பொருள், அறிமுக காலகட்டத்திலிருந்து இளையராஜாவின் வளர்ச்சியும் அவரது இசையில் ஏற்பட்டிருக்கும் மாற்றங்களும் இன்றைக்கு நினைத்தால் ஆச்சர்யமாக இருக்கிறது.

நாங்கள் ஒவ்வொருவருமே ஒருவருக்கொருவர் சம்மந்தமே இல்லாதவர்கள். அதே போல என்னால் இன்றைக்கும் உறுதியாக சொல்ல முடியும், எங்களுக்கு இடையில் இருந்தது நட்பு அல்ல. ஒன்லி ராஜா. அவரை பற்றி விட்ட இடத்திலிருந்து பேசுவோம். கலைந்து சென்று விடுவோம். அவ்வளவு தான்.

அந்த நேரத்தில் திருநகர் மையத்தில் இருக்ககூடிய அண்ணா பூங்காவுக்கு அருகில் இருக்க கூடிய கேஃப்டீரியா என்னும் காபி கடை. அதை நடத்தியவர் தீபக் என்னும் ஒருவர். தில்லி அடிக்கடி சென்றுவருபவர். அவர் என்னை விட ஒரு பத்து வயதுகள் மூத்தவராக இருப்பார். அவர் அந்த கடையை நடத்தியதே ஒரு அலாதியான விஷயம். அந்த கடை அன்றைய காலகட்டத்தில் மதுரை மாதிரியான ஒரு இரண்டாம் நிலை நகரத்தில் நிச்சயமாக ஒரு புதுமை தான்.

அலங்கரிக்கபட்ட சுற்றுசுவர்கள். தரையில் மென்மையான மணல். சின்ன சின்ன வட்ட மேசைகள். ஒவ்வொரு வட்டத் திற்கும் குவியும் தனிப்பட்ட விளக்குகள் என மிக அருமையான உள்ளமைப்பு கொண்டவை. அந்த நேரத்தில் மற்ற கடைகள் திணறும் அளவுக்கு ஒரு 8 சதுர கிலோமீட்டருக்கு தீபக்கை அடிக்க ஆளே இல்லை என்னும் நிலை. அவர் எதை கையாண்டாலும் விற்கும். அந்த நேரத்தில் 18லிருந்து 25 வரை வயதுடையவர்களுக்கு தீபக் கடை தான் கோயில். அங்கு வழக்கமாக கூடுவதை (டாப் அடிப்பது) ஒரு கௌரவமாக அந்த பகுதி இளைஞர்கள் கருதிவந்த நேரம் அது.

அந்த கடை என்னை வசீகரித்து கொண்டதற்கு மேற் சொன்ன எல்லா விஷயங்களைக் காட்டிலும் தலையாய காரணம், சொல்லவே தேவை இல்லை. இளையராஜா. தீபக் மென்மையான குரலுக்கு சொந்தகாரர். அவர் ராஜ் சீதாராம், சுரேந்தர், தீபன் சக்கரவர்த்தி, ஜென்சி, சசிரேகா என விதவிதமான குரல்களை எனக்கு தனித்து அறிய செய்தவர். இளையராஜாவின் சம வரிசையில் இயங்கின ஷ்யாம், சங்கர் கணேஷ், கங்கை அமரன், டி.ராஜேந்தர் ஆகிய ஆளுமைகளையும் கூட பட்டியலிடக் கூடியவர். தீபக் என்பவரை சந்தித்து இராவிட்டால் நான் அந்த காலகட்டத்துக்கு முந்தைய நல்ல பல பாடல்களை அறிய ரசிக்க மிகுந்த சிரமப்பட்டிருக்க நேர்ந்திருக்கும்.

தீபக் கடைக்கு இரண்டு பேர் வருவார்கள். அவர்களின் பெயர் சிவாஜி மற்றும் கணேசன். இருவரும் சவுராஷ்ட்ரா

இனத்தை சேர்ந்தவர்கள். சனிக்கிழமை மற்றும் ஞாயிற்று கிழமைகளில் மட்டும் தான் அந்த இரண்டு பேரையும் காண முடியும். வெவ்வேறு இடங்களை சேர்ந்த நண்பர்கள். அவர்கள் வேறு யாருடனும் பேச மாட்டார்கள். ஒரு டேபிளில் அமர்ந்து கிட்ட தட்ட *2* மணி நேரங்கள் அவர்களுக்குள்ளே கிசுகிசுத்த குரலில் பேசியபடியே இருப்பர். எழுந்து போய் விடுவர்.

ரொம்ப நாளாக நான் அவர்களை கவனித்த பிறகு தான் தெரியும். அவர்கள் இருவரும் இளையராஜாவின் மிகத்தீவிர ரசிகர்களென்பது. அது தெரிந்து விட்டால் போதாதா..? அப்புறம் ஒரே சங்கமம் தான். அதன் பின் தீபக் அந்த கடையை நடத்தி முடிக்கும் வரை இளையராஜாவுக்காகவே சொல்லிவைத்து சந்திப்போம். அவர்களின் இசை ஞானம் மிக துல்லியமானது. அப்பொழுது வெளியாகியிருந்த இன்னாத்தே சிந்த விஷயம் என்னும் மலையாள படத்தின் இசைக்கேசட் அவர்களிடம் இருந்து நான் பெற்றுக்கொண்டது எனக்கு பொறாமையையும் அதே நேரத்தில் சந்தோஷத்தையும் ஏற்படுத்தியது. அந்த திரைப்படத்தில் இளையராஜா இசையில் மதுபாலக்ருஷ்ணன் பாடிய மனசிலொரு பூமாலா என்னும் பாடல் அதன் பிறகு வெகுநாளைக்கு என் இதழ்களின் முணுமுணுப்பில் இருந்தது.

ஓளங்கள் படத்தில் இளையராஜா தனது தமிழ்பாடலான சங்கத்தில் பாடாத கவிதை பாடலை "தும்பி வா தும்பக் குடத்தில்" என்ற மறு உருவாக்கம் செய்தது பற்றி கனேஷ் சொல்லும் பொழுது அவர் விழிகள் மின்னும். வாய் பிளந்து கேட்டுக் கொண்டிருப்பேன். இளையராஜா மீதான மரியாதை கூட்டல் மடங்குகளில் இருந்து பெருக்கல் மடங்குகளுக்கு மாறியது என சொல்லலாம்.

இப்போது ஆஸ்திரேலியாவில் இருக்கும் நண்பர் கருப்பையா ராஜா. அவர் அடிப்படையில் நல்ல ஓவியர். அவர் டைப் ரைட்டிங்க் செண்டரொன்றில் சேர்ந்து நல்ல தட்டச்சு புலமை கைவந்த பிறகு இளையராஜாவின் பிரசித்து பெற்ற உருவ ஓவியம் அப்போதைக்கு அடிக்கடி பயன்படுத்தி வந்தது. அந்த ஓவியத்தின் மூலவரை படத்தை பென்சிலால் வரைந்து கொண்டு அதனை முழுக்க முழுக்க ச ரி க ம ப த நி என்னும் சப்த ஸ்வ்ரங்களின் லிபிகளைக் கொண்டு மட்டும் அதை வரைந்து ஒரு நாள் என் வீட்டுக்கு எடுத்து வந்தார். அதை நான் விருப்ப பரிசாக கருதி பிடுங்கிக் கொண்டேன்.

என்னை விட வேறு யாருக்கும் அதை வைத்திருக்கும் உரிமை இருப்பதாக அப்போதைக்கு நான் கருதவே இல்லை என்பது தான் வேடிக்கை. அந்த படத்தை பிறகு சில சந்தர்ப்பங்களில் என்னை புதிதாக அறிய நேரும் நண்பர்களிடம் கூசாமல் அதை செய்தவன் நான் தான் என அறிமுகப்படுத்திக் கொண்டு காண்பிப்பேன்.

இந்த கட்டுரை இதுவரை சொல்லப்பட்டவற்றுக்காக எழுதவில்லை. எழுத வைத்த சம்பவம் மிகச்சிறியது. எனக்குத் தெரிந்த செல் கடையொன்றில் நின்று கொண்டிருந்தேன். சில சி.டி க்களை தேர்வு செய்து கொண்டிருந்தேன். அப்பொழுது அந்த கடைக்கு ஒரு சிறுமி அல்லது இளம் பெண் சொல்லபோனால் 14 வயது இருக்கும். வந்தவள் என் நண்பர் கடை முதலாளியிடம் "எனக்கு ஐ.பாட் ல சாங்க்ஸ் ஏத்தி தருவீங்களா..?" எனக்கேட்க, லிஸ்டை வாங்கினார். நான் மேலோட்டமாக அந்த பட்டியலை பார்த்தேன்.

எல்லாமே இளையராஜா பாடல்கள். 70களிலிருந்து நேற்று வரை கிட்டத்தட்ட 300 பாடல்கள்.

நான் கேட்டே விட்டேன் "இதெல்லாம் யார் கேட்கறதுக்கு பதியுறீங்க..?"

"எனக்கு தான்.. நான் தான் கேட்பேன்"

"இளையராஜா பிடிக்குமா ரொம்ப..?"

"இளையராஜா மட்டும் தான் பிடிக்கும்"

ராஜா ராஜா தான்.

# 28

# சுவர் தகர்த்து நகர் நுழைந்த சிங்கம்

இசையின் ஒரு துளியினுள்ளிருக்கிற தாளத்துக்கும் அதன் வேகத்துக்குப் பொருத்தமான அசைவுகளின் தொகுப்பைப் பற்றி நான் எழுதியிருந்த அதனினும் இனிதைப் படித்துவிட்டு அயல் நிலத்தில் வசிக்கிற என் நண்பி கௌரி. புளகாங்கிதம் அடையுமளவுக்குப் பாராட்டினாள். அப்படியெல்லாம் நான் எங்கே எழுதினேன் என்று கேட்கிறவர்களுக்கு மட்டும்... இத்தனை வார்த்தைகளுக்கும் சேர்த்தாற்போல் ஓர் வார்த்தை "நடனம்"

இன்றைக்கு பாம்புக்குட்டி திடீரென்று அப்படிச்சொல்வான் என்று நான் எதிர்பார்க்கவே இல்லை... பாகவதர் சின்னப்பா, எம்ஜியார் சிவாஜி மாதிரி அடுத்து ரஜினியும் கமலும் தானே..?என்றான். சரி வழக்கம் போல அஜித் புராணம் பாடுவதற்காகத் தான் இதனை ஆரம்பிக்கிறான் என்று பேசாது இருந்தேன். அவனொரு அஜித் ரசிகன். எந்த அளவுக்கு என்றால் ஆழ்வார் என்ற படத்தை அதன் டைரக்டரை விட சிலமுறைகள் அதிகம் பார்க்குமளவுக்கு. ஆனால் அவன் அஜித் பற்றி சொல்லவில்லை. சரி தலைவா..? டி.ராஜேந்தர்க்கு முன்னாடியும் பின்னாடியும் அவரை மாதிரியே யாரை சொல்வீங்க..? என்று கேட்டவன் அட்டகாசமாய் சிரித்துக் கொண்டான். என்னை மடக்கி விட்டானாம். ரொம்பப் பெருமை அவன் முகத்தில் வழிந்தது.

யோசித்துப் பார்த்தால் தசாவதானி டி.ராஜேந்தர் சுவர் தகர்த்து நகர் நுழைந்த சிங்கம்.தன் திசைகளை எல்லாம் வழியாக மாற்றிக்கொண்டவர். முதல் படமான ஒரு தலை ராகம் தொட்டு அடுத்தடுத்து படகுண்டுகளை பற்றியெறிய வைத்தவர். பெண் தசாவதானியான பானுமதி ராமகிருஷ்ணா எப்படி ஒரு தீவோ அப்படியே ஒப்பிட இயலாத தீவு தான் ராஜேந்தர்.அவரது பிற்தற் காலம் குறித்து அல்ல இப்பதிவு. முன்முற் காலம் குறித்தே.

ராஜேந்தர் இளையராஜாவின் உச்சகாலத்தில் திரை உலகத்தில் நுழைந்தவர். ஆனானப்பட்ட எம்.எஸ்.வி மற்றும் சங்கர் கணேஷ் ஆகியோரது பம்பரங்களையெல்லாம் பிடுங்கிக்கொண்ட இளையராஜாவால் ஒன்றும் செய்ய வியலாமற்போன ஒரே இசை அமைப்பாளர் ராஜேந்தர் என்று சொல்ல முடியும். எளிமையான இசைக்கோர்வைகளும் மென்மையான உணர்வைப் பிசையும் குறிப்பொலிகளுமாய் திரும்பிய பக்கங்களை எல்லாம் விரும்பிய பக்கங்களாக மாற்றிக்கொண்டன ராஜேந்திரகானங்கள்.

எஸ்.பி.பாலசுப்ரமணியத்தின் துள்ளுகுரலை ராஜாவை விட அதிகம் பயன்படுத்தியவர் ராஜேந்தர் தான். மயில் வந்து மாட்டிக்கிட்ட பாதையிலே மனசைத் தான் ஆடவிட்டேன் போதையிலே என்னாசை மைதிலியே போன்ற பாடல்கள் உதாரணம். மெலடி, குழுபாடல், சோகம், என எல்லா விதமான பாடல்களும் சிறப்பானவையே. குறிப்பாக கர்நாடக இசை கலந்து தன் பாடல்களை உருவாக்குவதில் விற்பன்னர். இப்போது பாடலாசிரியர் ராஜேந்தர். இசையில் இளையராஜா வைரமுத்து சேர்மானமும் விலகலும் இரண்டுமே பரபரத்த காலத்தில் நமக்கு நாமே திட்டத்தில் தானே பாடல்கள் எழுதினார் ராஜேந்தர்.நூற்றுக்கணக்கான பாடல்கள் ராஜேந்தரின் மொழி வன்மையையும் மேதமையையும் எளிமையையும் பறைசாற்றும் வண்ணம் இன்னமும் காலத்தால் அழியாத சப்தசித்திரங்களாக ஒலித்துக்கொண்டே இருக்கின்றன.

இது குழந்தை பாடும் தாலாட்டு/வாசமில்லா மலரிது/மோகம் வந்து தாகம் வந்து/கதிரவனைப் பார்த்து காலைவிடும் தூது/ எங்கும் மைதிலி எதிலும் மைதிலி/ஒரு பொன்மானை நான் காணத் தகதிமிதோம்/ என எத்தனையோ பாடல்கள் தகர்க்க முடியாத வரிகளுக்காக சிலாகிக்கப் பட்டன. தான் இயக்காத

படங்களுக்கும் இசை அமைத்திருக்கிறார் ராஜேந்தர் என்பது சுவாரஸ்யம். உதாரணம் கூலிக்காரன்.பூக்களைப் பறிக்காதீர்கள், கிளிஞ்சல்கள்.

இயக்குநராகவும் கலை இயக்குநராகவும், ஒளிப்பதிவாள ராகவும், நடிகராகவும் கதை வசன கர்த்தாவாகவும் தயாரிப்பாள ராகவும் பன்முகங்களைக் காட்டிப் பரிமளித்த ராஜேந்தருக்கு முன்னால் இத்தனை படங்கள் இத்தனை நிலங்களில் யாரும் இருந்ததில்லை. டி.ராஜேந்தர் ஒரு வியப்பு. பிரமிப்பு. இதற்கு காரணம் அவரது உழைப்பு. (வேணாம்..)

## இன்றைய கவிதை

நேற்றைப் போலவே
இன்றைப்போலவே
சொல்லிக்கொள்வதற்கென
ஏதுமின்றிக்
கடந்துபோயிற்று
நாற்பத்தாறாவது ஆண்டும்
காலையிலும் மாலையிலும்
உடன் வரும் நெடிய நிழலை
உச்சிப் போதில்
ஒரு நாய்க்குட்டியெனக்
காலடியில்
பதுங்கிவரும் நிழலை
அறிவேன்
அறிந்திலேன் இன்றுவரை
நிழலின் நிஜத்தை.

ராஜமார்த்தாண்டன்.

ரா.மா.வின் கடைசி இரண்டு வரிகள் கனம் மிக்கவை. இக்கவிதையில் வருகிற ஒரு நாய்க்குட்டியென என்னும் உருவகத்தை நான் என் சில கவிதைகளில் பயன்படுத்தி இருக்கிறேன். யார் ஆட்சேபித்தாலும் இன்னும் சிலபல முறைகள் பயன்படுத்துமளவுக்கு எனக்கு அந்த நாய்க்குட்டியைப் பிடிக்கும்.

29

# ஒரு பெயரின் கதை

பெயர்களில் என்னவெல்லாம் இருக்கிறது? சண்டே இந்தியன் தமிழ்ப்பெயர்கள் குறித்த சில அருமையான கட்டுரைகளைக் கொண்டு ஒரு சிறப்பிதழ் கொணர்ந்தது.. அதனைத் தொடர்ந்து சில வார்த்தைகள் ஒருவன் தன் வாழ்வில் அறியாமல் பறிகொடுக்கிற முதல் சுதந்திரம் அவனது பெயர். பிறப்புச்சான்றிதழிலேயே அவனுடைய பெயர் துள்ளிவந்து அமர்கிறது .ஆணாயிருந்தால் 'ஜாங்கிரி' பெண்ணாயிருந்தால் 'ஜீரா' என்று முன்பே திட்டமிட்ட சதிவிளைவாக பெயர்வைத்தல் நிகழ்கிறது. எத்தனை பேருக்கு அவரவர் பேரில் பூரண திருப்தி என்ற கேள்வி ஆச்சரியமான விடைகளைப் பெயர்க்கும்.

பென் நேம் எனப்படுகிற புனைப்பெயர் தனக்கு இன்னொரு பிறப்பை, இன்னொரு பேர்சூட்டுதலை நிகழ்த்த எழுத்தாளர்களுக்கு பிரத்யேகமாக வாய்க்கிற சலுகை. உலகத்தில் இருக்கிற இத்தனை ஆயிரம் புனைப்பெயர்கள் சொல்கிற முதல் சேதி அவரவர் இயற்பெயரில் இருந்து விடுதலை பெறுவதற்கான வேட்கை என்பதே. சில எழுத்துக்களில் பெயர் வைத்தால் தான் நல்லது என்று ந்யூமரால நேமால நம்பரால ஜல்லியாலஜிக்கள் பற்றி அல்ல இப்பதிவு. அதெல்லாம் வேறு ரூமில் நடக்கிற சங்கதிகள். புனைப்பெயர்களுக்கான மெனக்கெடுதல்கள் அடங்காத் தீவிரத்தோடு தேடி அலைகிற

விழைதல்கள் ஒன்றை அழித்து வேறொன்றாக மாறிவிடுகிற வீர்யத்தின் முதல் வெளிப்பாடு என்றே கருதுகிறேன்.

நடிகர்கள் உள்ளிட்டவர்களுக்குப் பேர் வைக்கிறது பென் நேம் வகையறாக்களில் வராது. அவை பிறரால் ஊசிபோட்டு உள்நுழைக்கிற வஸ்து. எழுதுகிறவன் எதையாவது எழுதி அது வெளியாகிற அன்றைக்கு அந்தப் பேரைப் பத்திரிக்கையில் பார்க்கையில் கிடைக்கிற இன்பம் இருக்கிறதே... அது அபூர்வக்கிறக்கம். என் பெயர் ஆத்மார்த்தி என்று ஆனது வேறு கதை. பாரதிராஜா மீது கொண்ட மயக்கத்தில் ராஜாபாரதி என்று சில கடிதங்கள் சில நண்பர்களுக்கு மட்டும் எழுதி இருக்கிறேன் என நினைவு. சிதார் மேதை ரவிஷங்கர் அடைந்த புகழின் விளைவால் எனக்கு அந்தப் பேரை என் அம்மா வைத்தவள் மறக்காமல் ரவி சங்கர் என்று தமிழ் ச வை உபயோகித்ததில் 18 வயது வரை என்னிடம் திட்டு வாங்கினாள். இன்னொரு பேராக முத்துக்குமார் என்கிற குமார் என்றொரு பேரும் அடியேனுக்கு உண்டு. இப்பவும் எப்போதாவது லண்டனிலிருந்து மதுரைக்கு பிக்னிக் வரும் என் அக்கா என்னை குமார் என்று அழைக்கையில் என் மனைவிக்கே அன்னியமாய் தெரிவேன்.

இப்படியெல்லாம் சொந்த பெயர்களிலெல்லாம் திருப்தியுறாத இந்த விக்கிரமாதித்யனுக்கு சுஜாதா தான் வாத்தியார்.அவர் மேல் உள்ள நம்பிக் கையால் அவரைப் போன்றே ஒரு பெண் பெயரை புனைப் பெயராக சூட்டிக்கொண்ட பிறகு தான் பதவியேற்பது என்று காத்திருந்த போது பல அழகிப்பேர்களை நிராகரித்துக்கொண்டு எங்கள் பகுதி குட்டிச்சுவர்களில் கவலை தோய அமர்ந்துகொண்டிருந்த போது திடீரென்று எனக்கு அருள் வந்தது.

அதற்கு எப்போதோ முன்னர் படித்த பிரேம்ரமேஷ் எழுதிய அதீதனின் இதிகாசம் மற்றும் சொல் என்றொரு சொல் ஆகிய புதினங்களில் வருகிற ஒரு கதாபாத்திரி பேர் ஆத்மார்த்தி. கண்டேன் என்னையே என்று குதூகலித்து அந்தப் பேரை ஐந்தாறு வருடங்கள் அடைகாத்து முட்டை இட்டுக் குஞ்சு பொரித்தது தான் எனக்குண்டான பேர்க்காரணம்.

பேர்களை சுருக்குபவர்களை சுருக்கில் இடலாம் என்றாலும் என் பேரழகை.. மன்னிக்கவும் என் பேரின் அழகை பழக ஆரம்பித்த பல தினங்கள் என்னிடம் சொல்லி மகிழ்ந்த ப்ரியமான தோழி ஒருவர் உள்பட பலருக்கும் என்னைப் பிடிக்கிறதோ என்

எழுத்தைப் பிடிக்கிறதோ என் பேரைப் பிடிக்கிறது.சரி என்று விட்டுவிட்டேன். சின்னதொரு மகிழ்ச்சி என்னவென்றால் விளாடியாடின் கொவ்சாஸ்காஸ்கி என்றெல்லாம் ஒரு பேரை தேடிக் கண்டுபிடித்து வைத்தாலும் கூட அதைச் சுருக்கி விளாடி என்று சொல்பவர்களை என்ன செய்வது..? என் பேரின் முற்பகுதியை ஆத்மா என்று சுருக்குகிறவர்களை மதிக்க தயாராக இருக்கிறேன்.

தோழி நன்னிலா என்னை ஆத்மி என்று அழைக்கிறாள். முகப் புத்தகத் தோழி அமுதா தமிழுக்கு நான் ஆது.மலேசிய கௌரி "ஆத்மூ" என்று ஃபோனில் சிரிக்கையில் ஏதோ ஈமூ என்று சொல்கிறாற்போல் கடுப்பு வருகிறது.சொன்னால் கேட்கமாட்டாள். இந்தப் பிறவி முழுக்க நான் தோழிகளைக் கோபிப்பதில்லை என்று என் குருநாதர் கொண்டித்தோப்பு லொள் ஜொள் ஸ்வாமிகளிடம் சத்தியம் செய்திருப்பதால் பிழைத்தாள். நல்லது.

**இன்றைய கவிதை ।**

குமிழிகள்
இன்னும்
உடையாத ஒரு
நீர்க்குமிழி
நதியில் ஜீவிக்க
நழுவுகிறது
கைப்பிடியளவு
கடலாய் இதழ்விரிய
உடைகிறது
மலர்மொக்கு

## இன்றைய கவிதை 2

**வழி**

*******

வயிற்றுப் பசி தீர்க்க
வராதா என்றேங்கி
மழைக்கு அண்ணாந்த
கண்கள்
கண்டுகொண்டன
வானம் எல்லையில்லாதது

இந்த இரண்டு கவிதைகளையும் எழுதியது தருமு சிவராம்@ பிரமிள். படிமக் கவிஞர் என்று கொண்டாடவும் வேறுசிலரால் தூற்றப்பட்டவரும் கூட. இன்னமும் ஆவிரூபத்தில் இலக்கியக் கூட்டங்களில் கலந்துகொள்கிறார் பிரமிள். சென்ற வாரம் தூத்துக்குடி தேரி கவிதை சந்திப்பில் கூட பிரமிள் பேரை சொன்ன அடுத்த இருபது நிமிடங்கள் பொறிபறக்க விவாதித்தனர். புயல்காற்று வீசியது. பின் மெல்ல வியாபித்தார் பிரமிள். காற்று சாந்தமானது. அனைத்தும் சுமூகமானது. எல்லாம் ஒரு பேரின் மகிமை. பிரமிள். சமரசம் செய்துகொள்ளாத நாடோடி.

வாழ்க்கை முழுவதும் அறிமுகங்களால் கோர்க்கப்பட்ட மாலை போன்றது. தினம் தினம் அறிமுகமாகிக் கொண்டே இருக்கிறார்கள் புதியவர்கள் என்றாலும் யார் நமக்கு அத்யந்தமாக மாறுவர் என்பது யாராலும் கணிக்க இயலாதது. சில மனிதர்களைப் பார்க்காமல் கேள்விப்படுவதை வைத்தே அவர் மீது நல்லெண்ணமும் நம்பிக்கையும் உண்டான பிம்பம் கட்டப்படும். எதிர்பார்த்தல் என்பது வேறு. இது வேறு. எதிரில்பாராது பழகாது இருப்பினும் சில வித்யாசங்கள் சிலரை அபூர்வ மனிதர்களாக ஆக்கிவிடும். ஒரு மனிதரின் தொழிலை, செயலை விரும்புவது என்பது வேறு.அது முதல்வேலி. உள் நுழையும் விருப்பம் தான்.அடுத்த வேலிகள் அணுகுதலும் பரிச்சயமும் ஸ்னேகமாகவும் மலரும்.

**ஒரு முன்னுரையின் சில வரிகள்:**

**எ**னக்கு ஓய்ந்து போகச் சம்மமில்லை.இனிமேல் அரிதாரம் கிடையாது என்று படுதாக்களை நிரந்தரமாகக் கீழே இறக்கிவிட

மனமில்லை. ஏற்கனவே சொல்லப்பட்டதுபோல,இதுவோ கலைக்க முடியாத ஒப்பனை குலசேகரப் பட்டினம் தசராவுக்குப் போகிறா மாதிரி கடைசி வரை ஏதாவது ஒரு வேஷத்தைப் போட்டு நேர்த்திக்கடனைச் செலுத்திக் கொண்டேதான் இருக்க வேண்டும்///// (பெய்தலும் ஓய்தலும் 2007 சந்தியா பதிப்பகம் கல்யாண்ஜி எழுதிய முன்னுரையிலிருந்து)

சிபாரிசு சபா:

**உ**தயகீதம் படத்தில் வெளிநாட்டு வியாபாரி என்று பொய் சொல்லும் ஜெயில் பறவை கவுண்டமணி பாத்திரப் படைப்பை உற்று நோக்கிவிட்டு வெற்றிக் கொடி கட்டு படத்தில் வரக்கூடிய துபாய் வடிவேலு பாத்திரப் படைப்பை கவனியுங்கள். கவுன் உள்பட எத்தனை கச்சிதம் என்பது புரியும். (ஒரு நகைச்சுவையின் நீட்சி தான் இன்னொன்று. என்ற அர்த்தத்தில். காப்பி என்ற அர்த்தத்தில் அல்ல. சிலாகிப்பே அன்றி குறைசொல்லலும் அல்ல.)

30

# துயரப் பொழுதின் யாழிசை

ஒரு நள்ளிரவில் இந்தக் கட்டுரையை எழுதுவதற்குத் தனித்த காரணம் ஏதேனும் அகப்படுமா? இந்தக் கட்டுரையின் நடு நாயகம். சற்று முந்தைய காலத்தில் கோடம்பாக்கத்தின் கால்ஷீட் மேனேஜர்கள் பயபக்தியுடன் உச்சரித்த சில பெயர்களில் ஒன்று வடிவேலு.. தமிழ் சினிமா வின் தலைமை நகைச்சுவை அதிகாரி வடிவேலு கடந்த மூன்று வருடகாலமாகப் பணி இடை நீக்கத்தில் இருப்பதென்னவோ வாஸ்தவம் தான்.

தமிழ் சினிமாவின் நகைச்சுவை ஆளுமை களில் முதல் முக்கியஸ்தராக நான் சொல்ல விரும்புவது என்.எஸ்.கே எனப்படுகிற கலை வாணர் கிருஷ்ணனைத் தான். திரையிலும் வெளியிலுமாக பூசிக்கப் பட்ட முதல் வேந்தராக அவரைச் சொல்லக் காரணங்கள் இருக்கின்றன. அறிந்த காரணங்கள். வடிவேலு அந்த வரிசையில் எத்தனையாவது ஆளுமை என்பதை விட்டு விடலாம்.

வடிவேலு அறிமுகமானது எண்பதுகளின் இறுதியில்.அப்போது கோலோச்சிய மன்னரின் பெயர் கவுண்டமணி. அப்போது தான் என் ராசாவின் மனசிலே படத்தில் கவுண்ட மணி செந்தில் ஆகியோருடன் சின்னஞ் சிறு பாத்திரத்தில் அறிமுகமானார் வடிவேலு. மிகவும் குச்சியான தேகம். துருத்திக் கொண்டிருக்கும் பெரிய பற்களுமாக அவரை அன்றைக்கு அளவெடுத்தவர்கள், காலம்

என்னும் யானை மாலையைக் கொணர்ந்து அவர் கழுத்தில் தான் சூட்டப்போகிறது என்று சொன்னால் தலை தெறிக்க ஓடியிருப்பார்கள். ஆனால் அது தான் நடந்தது. தனக்குக் கிடைத்த வாய்ப்புக்களிலெல்லாமும் மிளிர்வதற்கான தாகத்தினோடே நடித்தபடி நகர்ந்து கொண்டிருந்தார் வடிவேலு. ஆரம்ப காலத்தில் அவருக்கு என்னமாதிரியான பாத்திரங்களை வழங்குவது என்பதில் இயக்குநர்களுக்குக் குழப்பம் இருந்திருக்கக் கூடும். கமல் நடித்த பரதன் இயக்கிய தேவர்மகன் படத்தில் இசக்கி என்னும் கதாபாத்திரத்தில் குணச்சித்திர வேடத்தில் நடித்திருப்பார் வடிவேலு. பார்க்கப்போனால் நகைச்சுவைக்கு சற்றும் வாய்ப்பில்லாத ஒரு கதையோட்டம் கொண்ட படம் தேவர்மகன். ஆனால் அதனுள் வழங்கப்பட்ட வாய்ப்பைத் ஸ்கோர் செய்துகொண்டது வடிவேலுவின் தனித்துவம்.

அந்தக் காலகட்டத்தில் ஆர்வி உதயகுமார் உள்ளிட்ட இயக்குநர்களின் படங்களில் தொடர்ந்து வாய்ப்புக் கிடைத்தது வடிவேலுவிற்கு.சிங்காரவேலன் படத்தில் கமல் கவுண்டமணி ஆகிய ராட்சச நடிகர்களுடன் அவரும் இருப்பார். கோயில்காளை உள்ளிட்ட பல படங்களில் செந்திலுக்கு அடுத்து கவுண்ட மணியிடம் அடி உதை வாங்கும் இன்னொருவராக நடித்தார். இவற்றுக்கு நடுவே பாரதிராஜாவின் கிழக்குச் சீமையிலே படம் வடிவேலுவைத் தனி ட்ராக் செய்யும் நம்பிக்கைக்கு உயர்த்திற்று. அதற்கடுத்தாற் போல் வடிவேலுவைத் தனியாக படங்களில் அமர்த்தலாம் என்னும் அடுத்த கட்ட நம்பிக்கை உருவானது. பாஞ்சாலங்குறிச்சி, கண்ணாத்தாள் போன்ற படங்களில் தனி ட்ராக் செய்தபடியே வீ சேகர் விக்கிரமன் உள்ளிட்ட பிரபல இயக்குநர்களின் படங்களில் விவேக் உடனும் நடிக்கலானார் வடிவேலு. காதலன் படத்தில் ஷங்கர் அவரை பிரபுதேவாவின் நண்பராக கல்லூரி மாணவர் தலைவராக கற்பனித்த இடத்திலேயே வெற்றியடைந்தார். தொட்டவை துலங்க ஆரம்பித்தது வடிவேலுவிற்கு.

இதே நேரத்தில் இரண்டொரு தளங்களில் முந்தி ஓடிய குதிரையான விவேக்கிற்குப் படங்கள் குவிந்தன. கவுண்ட மணியின் அமைதிக்காலம் உருவானது. மெல்ல மெல்ல வடிவேலுவின் தனி ட்ராக் படங்கள் அதிகரித்தன. ஒருமுறை உடல்நலமில்லாமல் மருத்துவமனையில் இருந்த வடிவேலு தனக்குக் கிடைத்த மருத்துவமனை ஓய்வைக் கூட அடுத்து தான் ஏற்கப் போகும் கதாபாத்திரங்களுக்கான காமெடி டிஸ்கஷன்

என்று வர்ணித்தார்.அதனைப் படித்த சிலர் அப்போதைக்கு நமுட்டுச் சிரிப்பை மறைத்துக்கொண்டிருக்கக் கூடும்.அதன் பின் சொன்னதை செய்து காட்டினார் வடிவேலு.

இந்த இடத்தில் தான் தானும் ஒரு நடிகர் என்ற நிலையைக் கடந்து தான் யார் என்பதை உலகத்துக்கு நிரூபிக்கும் வடிவேலுவின் நிஜ ஆட்டம் துவங்கியது. அதற்கு முன்பே வடிவேலு தனக்கான கரவொலிகளைக் கவனித்தபடியே இருந்து வந்ததாக உணரமுடியும். வடிவேலு சாமான்யர்களைக் குறிவைத்தார். அவருடைய பாத்திரங்கள் ஒன்றுக்கொன்று சம்மந்தமற்றவை போலத் தோன்றினாலும் நடுத்தர வர்க்கத்தினரின் வாழ்வியலுக்குள் தொடர்ந்து இயங்க ஆரம்பித்தன. முன் காலத்தில் கிராமத்து விட்டேற்றி ஒருவனாகப் பல படங்களில் தோன்றிய வடிவேலு நகரமயமாக்கலின் லட்சோப லட்சம் மனிதர்களின் பொதுக் குறியீடாகத் தன்னை முன் வைக்க ஆரம்பித்தார். மத்யம வாழ்வின் சலிப்பைத் தன் கையிலெடுத்தார். தோல்வி வெற்றி என்ற இரட்டைப் பதங்களுக்குள்ளே சின்னச்சின்ன கதுப்புக்களாக ஒளிந்திருக்கும் பல்லாயிரக்கணக்கான சந்தர்ப்பங்களை வடிவேலு மிகச்சரியாகப் பயன்படுத்த ஆரம்பித்தார்.

மூன்றுவிதமாக வடிவேலுவின் கதாபாத்திரங்களைப் பார்க்க முடிகிறது. முதலாவது மத்யம வாழ்வின் சலிப்பை முன் வைத்த கதாபாத்திரங்கள் ப்யூனில் துவங்கி நில விற்பனையில் ஈடுபடும் நடுத்தரகர் வரை போலீஸ் கான்ஸ்டபிள் தொடங்கி கோர்ட்டில் மணியடிக்கும் டவாலி வரைக்கும் ஆட்டோ டிரைவர் தொடங்கி அரசாங்க மருத்துவமனையின் கம்பவுண்டர் வரைக்குமான பொதுப்பாத்திரங்களின் சலிப்பை முன் வைத்தன வடிவேலுவின் பாத்திரங்கள்.

அடுத்ததாக அதீதமாக உருவாக்கப்படும் ஃப்ராடுலண்ட் கதாபாத்திரங்கள் திருடனாக போக்கிரியாக பிக் பாக்கெட் அடிப்பவனாக ஊரை அடித்துத் தன் வயிற்றை நிரப்புபவனாக என்று பலரகப் பாத்திரங்களை ஏற்றார் வடிவேலு. மூன்றாவதாக அதீதமான நம்மால் பார்த்திட வாய்ப்பே இல்லாத கதாபாத்திரங்கள் போலி தாதா போலி ரவுடி என அவர் எதைச்செய்தாலும் ரசிக்க ஒரு பெருங்கூட்டம் உருவாகி இருந்ததை மிகச்சரியாகப் பயன்படுத்திக் கொண்டார்.

வடிவேலு தமிழ்த் திரைவரலாற்றில் மற்ற எல்லா நகைச்சுவை நடிகர்களின் பட்டியலில் இருந்தும் தன்னைத்

தனித்துக் கொள்ள அவரது உடல்மொழி உதவிற்று.அதை விட அவர் தனக்கென்று தனிப்பாணியாகத் தனக்குத் தானே பேசிக்கொள்ள ஆரம்பித்திருந்தார். அது ரசிகனை நேரடியாக அவ்வந்தக் காட்சிகளினுள்ளே வரவழைத்துக் கொண்டது. இது முன் எப்போதும் எவர்க்கும் வாய்க்காத ஒன்று ரசிக்கையில் ரசித்து கலைகையில் மறந்து தன் வாழ்க்கைக்குள் எந்த இடமும் தராமலேயே இருந்து வந்த ரசிகசமூகம் வடிவேலுவை அப்படி நிறுத்த முடியாமற் போனது ஆச்சரியமல்ல. அதற்கான காரணம் வடிவேலு கைக்கொண்ட பிரத்யேக மொழி.

“ஆகா...ஆரம்பத்திலயே ஆரம்பிச்சிட்டாங்கியளா..?”

“அது போன மாசம்...இது இந்த மாசம்...”

“பலே வெள்ளையத்தேவா...”

“கைப்புள்ள இன்னும் ஏண்டா முழிச்சிருக்க..தூங்க்....”

தனக்குத் தானே பேசிக்கொண்ட வடிவேலுவின் மொழியாடல் அடுத்த கட்டத்துக்கு நகர்ந்தது.தமிழன் தன்னிலை மறந்தது அவற்றின் மேல் கொண்ட லயிப்பில் தான் எனலாம்.

“ஆணியே பிடுங்க வேணாம்” என மேலிருந்து கீழாக தன்னிரு கைகளை இறக்கி வடிவேலு சொன்னது ஒரே ஒரு முறை தான். அந்த வாக்கியம் இன்றைக்கு கார்ப்பொரேட் செக்டாரிலும் அரச நிறுவனங்களிலும் பல்வேறு தொனிகளில் பயன்படுத்தப்படுகின்றன. குறுஞ்செய்திகளில் அதிகளவு அனுப்பப் பட்டிருக்கின்றன. “மாப்பு வெச்சிட்டாண்டா ஆப்பு” என்று சர்வ வல்லமை பொருந்திய ரஜனியின் சந்திரமுகி படத்தில் வடிவேலு ரௌத்ர தாண்டவம் ஆடினார். அவரது எல்லா வசனங்களுமே மக்களால் பிரதியெடுக்கப் பட்டன. அதிக முறை உச்சரிக்கப்பட்டன. வடிவேலுவின் நகைச்சுவைக் காட்சிகளில் வெகு துல்லியமான கதைத் தன்மையும் அதற்கென்று படத்திற்குள் படமாக கதைக்குள் கதையாக ஒரு துவக்கமும் ஒரு கதையும் பின் ஒரு அழிவு அல்லது முடிவும் இருந்தது வெகுவாக எடுபட்டது. சுந்தர் சியின் படங்களான வின்னர் வடிவேலுவை ராஜாதி ராஜனாக்கியது..

மையக் கதையாடலுடனேயே உபகதையாக வின்னர் படத்தில் வருத்தப் படாத வாலிபர் சங்கத்தின் நிறுவன தலைவராகக் கைப்புள்ள என்னும் கதாபாத்திரம் ஏற்றார். பென்சில் மீசை அவர் முகத்திற்கு எடுப்பாயிருந்தது. எவர்

வாகனத்திலும் பயணிக்காத கைப்புள்ள தன் சொந்த ட்ரை சைக்கிளில் தான் பயணிப்பார்.அடி வாங்குவதைக் கூடப் போன மாசம் இது இந்த மாசம் என்று பிரித்துப் பொருள் காண்பார். இந்தப் படத்தின் வடிவேலு பேசிய அனைத்து வசனங்களுமே மக்களின் மனனத்துக்குள் இடம்பெற்றது அதற்கு முன் தமிழ்த் திரை உலகில் வேறெந்த நகைச்சுவை நட்சத்திரத்துக்கும் வழங்கப் படாத மரியாதை எனலாம்.

சுயத்தை அறுத்து எறிந்தார் வடிவேலு. தன்னை உச்ச பட்சமாக எள்ளிக் கொண்டார். தன்னை கலைத்து கேலி செய்வ தற்குண்டான சகல சாத்தியங்களையும் திரைப் படுத்தினார். அவருடைய எண்ணம் துல்லியமாக நிறைவேறியது.அடுத் தடுத்து அவரது அறுவடை கொழித்தது.அடுத்து வந்த கிரி படத்தின் வீரபாகு கதாபாத்திரம் இன்னொரு உயரசிகரத்தை அவர்வசமாக்கியது.

கிரி படத்தில் "திருப்பி நீ ஏன் அடிக்கலை..?" எனக் கேட்கும் ஆர்த்தியிடம் தன் சுண்டுவிரல் நகத்தையே நோக்கியபடி "அதுல ஒருத்தன் சொல்றான்...இவன் எம்புட்டு அடிச்சாலும் தாங்குறாண்டா..ரொம்ப நல்லவன்னு..சொல்லிட்டாம்மா.." என்று கேவுவார்.திரையரங்கில் இருக்கும் நாற்காலிகள் கூட நகைத்தன. ஆம் அது தான் நடந்தது.தலைநகரம் படத்தில் தன் வசனங்களாலும் தோற்றத்தாலும் இன்னும் பொறி பறக்கச் செய்தார் வடிவேலு." அவன் பயங்கர கறுப்பா இருப்பான்..நீ கறுப்பா பயங்கரமா இருக்கே.." இந்த வசனமாகட்டும் "நீ யாரையோ நெனச்சி வாழாவெட்டியா இருக்கப் போறே... நான் உன்னையவே நினைச்சு வெட்டியா வாழாம இருக்கப் போறேன்...என்ற வசனமும் மக்களை நகைத்து உருள வைத்தன.

சிம்புதேவனின் இம்சை அரசன் இருபத்து மூன்றாம் புலிகேசி, உத்தமபுத்திரன் உள்ளிட்ட இருவேட ராஜ கதைகளின் நவவடிவம். படம் முழுவதும் நுண் அரசியல் வசனங்களையும் நடப்புக்காலப் பகடிகளையும் உள்ளடக்கிய அந்தப் படத்தில் பெரிய நகைச்சுவை நட்சத்திரங்களான கவுண்டமணி மற்றும் விவேக் தவிர மற்ற எல்லாருமே கிட்டத்தட்ட நடித்திருந்தார்கள். நாகேஷும் நாசரும் மனோரமாவும் அந்தப் படத்தை அலங்கரித்தனர். நின்று விளையாடினார் வடிவேலு. குழந்தைகளின் பிடித்தமான கேலிப்பொருளாக இம்சை அரசன் கதாபாத்திரம் மாறிப்போனது. உண்மையைச் சொல்லப்

போனால் பத்தாண்டுகளுக்கு முன்னால் விகடனில் சிம்பு ஒரு கார்ட்டூனிஸ்டாக வரைந்து உருவாக்கிய ஒரு கற்பனைப் பாத்திரத்தை வடிவேலுவைக் கொண்டு பரிமளிக்க செய்ததே அந்தப் படம்.பட்டி தொட்டியெல்லாம் வெற்றிபெற்றது

பின்னர் வந்த குசேலன் படத்தில் மீண்டும் ரஜனியுடன் நடித்தார். இந்திர லோகத்தில் நா,அழகப்பன் என்றொரு படத்தில் நாயகனாகவே நடித்தார். அது முன் படங்களின் வெற்றியைப் பெறவில்லை.என்றாலும் நகைச்சுவைப் பாத்திரங்களில் வடிவேலு தொட்டதெல்லாம் பொன் கொழித்தது.

கடந்த சட்டமன்றத் தேர்தலில் தனக்கும் விஜயகாந்துக்கும் முன் காலங்களில் ஏற்பட்ட சொந்த உரசல்களைப் பொதுப் பகையாக மாற்ற முனைந்தது வடிவேலுவின் திரை வாழ்க்கையை முடித்து வைக்கும் அஸ்திரமாகச் சித்தரிக்கப் படுகிறது. விஜயகாந்த் கட்சி ஆரம்பித்த காலங்களில் எதுவும் பேசாதிருந்த வடிவேலு அவர் தேர்தலுக்குத் தயாராகும் போது தன்னை அவரது எதிரியாக முன் வைத்தார். ஊர் ரெண்டு பட்டால் கூத்துக்காரர்களுக்குக் கொண்டாட்டம் என்பார்கள். இங்கே கூத்துக்காரர்களை ரெண்டுபடுத்தி ஊர் நாட்டாண்மைகள் கொண்டாடிக் கொண்டனர்.

அதிமுக மற்றும் தேமுதிக கூட்டணி அமைத்த அந்தத் தேர்தலில் விஜயகாந்த் வரவே கூடாது என்ற முழக்கத்தோடு திமுக காங்கிரஸ் அணியை ஆதரித்துப் பட்டி தொட்டியெல்லாம் பிரச்சாரம் செய்தார் வடிவேலு. அதிமுக பற்றியோ அதன் தலைமை பற்றியோ எதுவும் பேசாமல் கவனமாகத் தவிர்த்தார் என்றாலும் அவரது எதிர்ப்பின் பலன் அதிமுகவுக்கும் இழப்பை ஏற்படுத்தும் என்பதை அவர் உணர்ந்துகொள்ளவில்லை. வடிவேலுவின் பிரச்சாரம் கடலளவு ரசத்தில் விழுந்த பெருங்காயத் துண்டைப் போலக் காணாமற்போனது. விஜயகாந்த்தின் தேமுதிக உள்ளிட்ட அதிமுக அணி அறுதிப் பெரும்பான்மையோடு ஆட்சியேறியது. ஒரு விதூஷகனின் உண்மையான பிரச்சாரத்தை அவரது நகைச்சுவை முனைவின் தொடர்ச்சியாகவே கருதிய தமிழக மக்கள் அவருக்கு எத்தனை வலிக்கும் என்பது பற்றிக் கவலையேதுமின்றி வடிவேலுவை வீழ்த்தினார்கள். அதற்கு அவர்களிடம் ஒரு காரணம் இருந்திருக்கக் கூடும்.நம்ம வடிவேலு வாங்காத அடியா உதையா..? அதெல்லாம் அவருக்கு சகஜமப்பா என்று.

அதன் பின் மூன்று ஆண்டுகளாக வடிவேலு எந்தப் படத்திற்காகவும் அழைக்கப் படவில்லை. அவர் நடிக்காமல் இருப்பதை அவருக்குப் படங்கள் கிடைக்காமல் இருப்பதை இந்த அரசாங்கம் விரும்பவில்லை என்பதைப் போன்ற பதில்வராத சித்திரம் ஒன்று வலியப் புனையப்பட்டிருக்கிறது. உண்மையை சொல்லப் போனால் அதிமுகவிற்கும் தேமுதிகவிற்குமான தேர்தல் உறவு சில மாதங்களில் முறிந்து போனது. அன்றைக்கு நியாயமாக வடிவேலு மறுபடி வெளிச்சத்துக்கு வந்திருக்க வேண்டுமல்லவா..? இங்கே இரண்டு கூற்றுக்களை கவனம் கொள்ளத் தேவையாகின்றது.

ஒன்று, திரைத்துறையைப் பொறுத்தவரை அதிமுகவை விட தேமுதிக தலைவர் விஜயகாந்தின் பிடி இறுக்கமானது. முன் சமீபகாலத்தில் நடிகர் சங்கத்தின் தலைவராக விளங்கியவரின் அரசியல் ஏற்றம் தான் இப்போதைய கட்சி என்பதை கவனிக்க வேண்டும். இன்னொன்று தேமுதிகவை எதிர்க்கிறேன் பேர்வழி என்று திமுகவை ஆதரித்து பிரச்சாரம் செய்ததால் அவர் திமுக அனுதாபியாக அல்ல அந்தக் கட்சிக்காரராகவே பார்க்கப் பட்டது வினோதமல்ல. இந்தக் கண்மறைவுக்காலம் வடிவேலு என்ற மகா கலைஞனின் ஆட்டத்தை முடித்துவைத்து விட்டதா..?

வடிவேலுவிற்குப் பின்னால் அரைடஜன் நகைச்சுவை நடிகர்கள் உருவாகி விட்ட போதிலும் சந்தானம் மட்டுமே கொஞ்சம் தனிக்கிறார். ஆனாலும் சந்தானம் அடுத்த வடிவேலுவா என்னும் வினாவைக் கேட்கவே வேண்டியதில்லை. இல்லை என்பதே பதிலாகிறது. சூரி கிட்டத்தட்ட வடிவேலுவை நினைவுபடுத்தியாவது தன்னை நிலைநிறுத்திக் கொள்ளப் போராடுகிறார். கஞ்சா கருப்பு போன்ற நடிகர்கள் ஆங்காங்கே நடித்த வண்ணம் இருந்தாலும் கூட, வடிவேலுவின் இடம் ஒரு திரைமறைவில் தான் இருக்கின்றதே ஒழிய அந்த நாற்காலியின் மீது படிந்திருக்கும் ஒட்டடைத் தூசிகளை அகற்றிவிட்டு அங்கே வேறோருவர் அமர்ந்துவிடவில்லை.

வடிவேலு தனிமையிலிருக்கிறார் என்னும் வாக்கியம் பொய்யல்ல என்றாலும் அவரது ஆட்டம் முழுவதுமாக முடிந்து போய்விடவில்லை என்பதை சொல்லியாக வேண்டும்.வடிவேலு மறுபடியும் வந்து நடித்து அவரது பழைய இடத்தைப் பிடிப்பாரா மாட்டாரா என்பது அர்த்தமற்றது. ஏன் எனில் வடிவேலுவுக்கு

மக்கள் வழங்கிய அதே ஒரே இடம் அவருக்கு மட்டுமானது. அவர் வருவார். காலம் ஒரு நகைச்சுவைக் கலைஞனை அடிக்கடிப் புறக்கணிப்பதைப் போல பாவனை செய்யும். ஆனால் அதுவொரு மாய ஆட்டம். கண்கட்டும் வித்தைக் காரனின் மேடையில் பெட்டிக்குள் நுழைந்துகொண்ட மேஜிக் கலைஞன் யாரும் எதிர்பாராத திசையில் இருந்து நடந்து வருவானல்லவா..? காத்திருக்கலாம். பெட்டியில் நுழைந்து கொண்டிருக்கும் வடிவேலு எந்தத் திசையை உடைத்துக் கொண்டு வரப்போகிறார் என்பதைக் காண்பதற்கு.

**இன்றைய கவிதை**

இங்கே வீடு
கிடைப்பதற்குள்
அங்கே நாடு
கிடைத்துவிடும்

அறிவுமதி

31

# விரல் நாட்டியம்

நடனம் மீதான காதல் நாட்டியமாடுகிற ஒவ்வொருவரின் மேலும் பொறாமையாகவும் மரியாதையாகவும் கலந்துகட்டியாகவே இருந்து வருகிறது.,. நான் பிறந்த போதிலிருந்தே கனசரீரன். என்னைத் தூக்கிக் கொஞ்சியவர்கள் யாருமே அதன்பிறகு கொஞ்சித் தூக்கியதில்லை என்பது உபதகவல்.. ஒருவேளை ஒல்லியாக நான் பிறந்திருந்தால் நான் கண்டிப்பாக ஏதாவதொரு நடனக்கலையை கற்றுத் தேர்ந்திருப்பேன். குறைந்த பட்சம் பிரபுதேவாவின் ஒன்றுவிட்ட ட்ரூப்பில் நடனமாது ஒருத்தியுடன் உபதேவாவாக நானும் தோது போட்டிருக்கக் கூடும்.

நிற்க. இப்பவும் என் நடனம் விரல்களால் மட்டும்.விசைப்பலகையில் எந்த விதமான தட்டச்சுப் பயிற்சியுமில்லாமல் மணிக்கு 10 பக்கங்களை அடிக்கிறேன். அதுவும் ஆங்கில விசைப்பலகையின் மூலம் தமிழில் .எனக்கே எவன் வைத்த மாந்திரீகம் என்று புரியாத புதிர். (சுயபெருமை.. நிறைய்ய ரன் குவிக்கிற மேட்சில் சச்சின் விளம்பரம் வருமல்லவா..அது மாதிரி இது)

நடனம் என்பது பழங்கலை. முன் காலத்தில் கோயில்களில் பரதக்கலையின் அபிநயங்கள் சிலைகளாக்கப்பட்டன. கோயில்களில் ஆடப் பட்ட நாட்டியம். பிறகு சபாக்களுக்குப் பெயர்ந்தது. வெளிநாடுகளுக்கு பாஸ்போர்ட்

மற்றும் விசாவோடு சென்றது. பல நாடுகளில் குடியுரிமை வாங்கிக் கலந்துகொண்டது. பள்ளிகளிலும் கல்லூரிகளிலும் விழாக்களின் நிகழ்ச்சி நிரல்களில் முக்யஸ்தானம் பெற்றது. டீவீக்களிலும் சினிமாக்களிலும் கூட தன் ஆதிக்கத்தை செய்தது. சினிமாக்களில் பரதமும் தன் தேவையும் கலந்து வேறொரு நடனமாக பாண்டித்யம் பெற்றவர்களின் சாபங்களுக்கு இடையில் இறக்குமதி தேவியரின் பரிமளிப்பில் மிளிர்ந்தது.

ஆனால்.. பரதம் தேவ கலை.இன்னமும் பலருக்கு ஆண் பெண் இரு பாலினருக்கும் ஈர்ப்புள்ள மகா கலை.சலங்கை பூஜையும் அரங்கேற்றமும் நடன கலா விருதுகளும் தவிர்த்து நடனமே வாழ்க்கை என்று பலர் பரதத்தை சுவாசித்து வருவது நிஜம்.நர்த்தகி நட்ராஜ் ஒரு அற்புதம்.

நடனம் என்றாலே பரதம் தானா என்றால் அல்ல என்றே சொல்லத் தோன்றுகிறது. ஒரிஸாவின் ஒரிஸி, கேரளக் கதகளி ஆந்திரத்தின் குச்சிப் புடி, மற்றும் வட இந்திய மணிப்பூரி மற்றும் கதக் ஆகிய கிளாசிகல் நடனங்கள் ஆடுகையில் ஆடுவோருக்கு வியர்க்கும். ஏசி குளிர் அரங்கில் மேட்டிமை சாதியினருக்கு மட்டுமாயிருந்த இவ்வகை நடனங்கள் இப்போது தான் சமூகத்தின் அனைத்து வகை மக்களுக்குமான கற்றல்வாய்ப்புக்கு மாறிக் கொண்டு வருகின்றன என்றால் இந்த மண்ணின் கலைகளான ஒயிலாட்டம் கரகாட்டம் தேவராட்டம் தப்பாட்டம் என இசையோடு இயைந்த கலைகள் காண்பவர் கண்களுக்கு வியர்க்கும். மக்களின் வாழ்வில் கலந்த ஆட்டங்கள், பிறப்பில் இருந்து இறப்பு வரை இசைபட வாழ்ந்தவர்களிடமிருந்து எத்தனை கலைகள் எத்தனை எத்தனை விதமாய்த் திருடப்பட்டன என்பது ஒரு சோகம் .வாய்ப்பிலாது வாழ்வதற்கு வழியிலாது நகர்மயமாக்கல் உலகமயமாக்கல் என்று பற்பல காரணங்களால் கைவிடப்பட்ட கலைகள் எத்தனை எத்தனை? இவற்றுக்கு எல்லாம் நிதி ஒதுக்குகிற சொற்பர்கூட்டம் எப்படி இம்மண்ணின் கலைக ளைக் காப்பாற்றுவது என்று திட்டமிடவும் வளர்த்தெடுக்கவும் உயிரூட்டவும் வேண்டியவர்கள் ஏ/சி அறைகளில் பிஸ்கட் தின்றுவிட்டுக் காற்றுப் பிரித்துக் கொண்டிருக்கிறார்கள். “அவர்கள் எல்லோரும் நாசமாய்ப் போக!” என்று என் நண்பன் பாம்புக்குட்டி சொல்லிவிட்டு டாஸ்மாக் பக்கம் சென்றுவிட்டான்.

கலைகளுக்கும் சாதியத்துக்கும் நெருக்கமான தொடர்பு இருக்கிறது. அடிமைத் தளைகளில் இருந்து

நேரடியாகவும் உடனடியாகவும் விடுதலை கிட்டாத நிலையில் அடக்கிவைக்கப்பட்ட சமூகத்தினர் தம் கைகளில் இருந்த பறையை ஒரு ஆயுதமாகவே மாற்றிக்கொண்டதை உணர முடிகிறது.அதில் இருந்து எழுகிற இசையை தமக்குள்ளான விடுதலை வேட்கைக்கான சமிக்ஞைகளாக பயன்படுத்தி உள்ளனர். இன்றைக்கு கலைக்குழுக்களின் கையில் ஒலிக்கிற பறையில் இருந்து எழுகிற இசை விடுதலையை அறிவிக்கிறது. ஆண்டாண்டு காலமாக அது வேட்கையை ஒலித்துவந்தது.

மக்களிசை என்பது மக்களுடைய மனங்களில் கலந்த இசையாகவே இருக்கமுடியும். மண்ணின் கலைகளுக்கு அனுமதி மறுக்கப்பட்ட அதிகாரவர்க்கத்தின் இசையும் நடனமும் உயர்த்தப்பட்டவையே அன்றி உயர்ந்தவையாக இருக்க முடியாது அல்லவா?

ஆந்திராவின் பாதக்கம்மாவும் அஸ்ஸாமின் பிஹூவும் அஸ்ஸாமிய போடோக்களின் நடனமான பகுரம்போவும் பஞ்சாபின் பாங்க்ராவும், லூடியும், ஸாமியும் ஒடிசா மற்றும் ஆந்திராவின் சாங்குவும் ஒடிசா நாடக நடனமான தசகாதியாவும், சக்தினடாவும் பஞ்சாபிய பெண்களின் கித்தாவும் ,கிக்ளியும், ஆந்திராவின் கோப்பியும் வங்காளதேச குஷானும் கர்னாடகத்தின் யக்ஷகானமும்,நம் தமிழகத்தின் தெருக்கூத்து மற்றும் பாவைக் கூத்தும் குஜராத்தின் ராஸூம், என்ன என்று கேட்டால் தெரியாது என்று சொல்லிப் பெருமைகொள்ளும் அனைவருக்கும் ஒரு வார்த்தை... இவையெலாமும் இந்திய துணைக்கண்டத்தின் பாரம்பரிய மண்ணின் நடனங்கள். மக்களின் உணர்வாட்டங்கள்.

அசோகமித்திரனின் “ராஜாவுக்கு ஆபத்து“என்ற சிறுகதை இந்தியா டுடே இதழில் ஒரு 18வருடங்களுக்கு முன்னால் படித்த ஞாபகம். இன்றைக்கொரு முறைஅந்த சிறுகதையின் கதை தவிர அதில் ஒளிந்திருக்கக் கூடிய உத்தியைப் பற்றி ஒரு நண்பரிடத்தில் சொல்லிக் கொண்டிருந்தேன். பாம்புக்குட்டி அதைப் பற்றி சொல்ல ஆரம்பித்த உடனே இதழ்லேசாய் சிரித்தவன் “செமை கதை இல்லே” என்றான். கண்கள் மின்ன. வாய்ப்புக் கிடைத்தால் அந்தக் கதையைப் படித்துப் பாருங்கள். இதழ்லேசாய் நீங்களும் புன்னகைப்பீர்கள்.அசோகரின் எழுத்து அப்படி. மண்டைகுடையும் எழுத்து.

## இன்றைய கவிதை

இரவில் சிறுமி
கார்த்திகை
தீபங்கள் காத்தபடி
நோக்குகிறாள்
முழு நிலவை

அழகிய பெரியவன்
அருப நஞ்சு

32

# புகைசூழ்த் தனிமை

எது இலக்கியம் அல்லது எதெல்லாம் இலக்கியம் இல்லை என்ற பழங்கேள்வியைப் பறவைகள் தின்னட்டும். இலக்கியம் என்பது மயிலிறகுச் சுமை. வாசிப்பவன் கடந்து சென்றடைய வேண்டிய தூரம். இலக்குகளில் ஏதோவொன்று. என்னளவில் நிராகரிக்க முடியாத எதுவும், வாசிக்கிறவனுடைய நம்பிக்கை சித்தாந்தம் கலாச்சாரம் வாழ்க்கை ஈடுபாடு ஆகியவற்றைக் கலைத்துப் போடுகிற முன் நகர்த்துகிற அறுத்தெறிகிற எதுவும் இலக்கியம். மேலதிகமாக, மௌனித்தலை நிகழ்த்துகிற கண்டறிதலும் இலக்கியமே.

லாட்ஜ் அறைகளில் மிச்சர் கொறித்துவிட்டு சர்வ நாளங்களிலும் திரவத்தின் குட்டிச் சைத் தான்கள் ஏறி நடனமிட புகைசூழ்த் தனிமையில் உச்ச ஸ்தாயியில், தான் சொல்வது தான் சரி என்று வாதிட்டு, சட்டையெல்லாம் நனைந்து அழுது சிரித்து பிறகு கலைந்து வேலையை, தொழிலை செய்வதற்காக வீட்டுக்குத் திரும்பி, அடுத்ததொரு இலக்கிய சந்திப்பு எப்போதடா வரும் என்று வாழ்தலைச் சபித்தபடி நகர்த்தும் எழுத்தாளர்கள் எதை நம்புகிறார்களோ, அதை இலக்கியமல்ல என்று மறுப்பதற்கு என்னிடத்தில் எந்த வார்த்தையும் இல்லை. அதுவுந்தான் இலக்கியம்.

வாசகன் சரணம் கச்சாமி. அவனன்றி ஓரணுவும் அசையாது. இரண்டாயிரம்

வருடத்துக்கு முந்தைக் கிழவனொருவன் எழுதிய திருக்குறள் இன்றைக்கும் பரீட்சைகளில் மனப்பாடப் பகுதிகளில் கேட்கப்படுகிறது. சாகாது தப்பிப் பிழைத்து தகர்க்க முடியாத ஓரிடத்தை தக்கவைத்துக் கொண்டது.உலகப் பொதுமறை என்ற வார்த்தையாடலுக்கு திருக்குறள் கனகச்சிதமாகப் பொருந்துவதையும் உலகத்தின் வேறெந்த படைப்பும் சர்வ நிச்சயமாக திருக்குறளோடு நின்றுவிளையாட முடியாமற் போனதையும் வியக்கப் பிறவி ஒன்று போதா. எனக்கு குறளின் சார்பற்ற மையத்தன்மை எப்போதும் வியப்பு.

பின்னர்த் தமிழ் நாட்டை ஆளவந்தார் எவரும் அதிகபட்சம் திருக்குறளுக்கு உரை எழுத முயன்றதோடு சரி.புதுக்குறள் எதையும் முயலுகிற ஆசை வராமற்போனது பாக்கியம். வள்ளுவர் கன்னியாகுமரியில் கடலுக்கு நடுவே நின்றுகொண்டு மர்மப்புன்னகை புரிவதன் அர்த்தம் மேற்சொன்னதாகவும் இருக்கக் கூடும். மனசுக்கு பிடித்த நடிகர்களை ஒருவருக்கொருவர் விசாரிக்கிறோம். பிடித்த பாடல் எது பிடித்த வண்ணம் எது என்றெல்லாம் கேட்டுப்பெறுகிறோம். அவரவர்க்குப் பிடித்த முதல்மேலாவது குறள் எது என்று கேட்டுப்பெற்றாலே போதும். குறள் இன்னும் ஓங்கி ஒலிக்கும்.

எனக்கு எப்போதும் எப்போதும் பிடித்த முதலாவது குறள் என இதைச்சொல்வேன்

வெள்ளத் தனைய மலர்நீட்டம் மாந்தர்தம்

உள்ளத் தனைய துயர்வு

அடுத்த சாய்ஸ் தான் இது

தெய்வத்தால் ஆகாதெனினும் முயற்சி தன்

மெய்வருத்தக் கூலி தரும்.

வள்ளுவம் போற்றுதும்.

**செ**ல்லுலாய்ட் உலகில் சோகம் தொடர்சித்திரம். மொழி இன பேதமற்று உயர்த்தப்பட்ட தேவதைகளில் பலப்பலர் அனேக நிலங்களில் தற்கொலை செய்துகொள்வது என்பது விருப்பமில்லாத விருப்பச்செயலாக தொடர்ந்து வருகிறது. நடிகைகள் அடிப்படையில் பெண்களாகவும் குழந்தைகளாகவும் தன்னை உணர்கிறவர்கள் அதீதமான வெளிச்சத்துக்கு மத்தியில் எப்போதெல்லாம் அவர்கள் வாழ்க்கையின் உள் முடுக்குகளில்

இருண்மையை உணர்கிறார்களோ அப்போதெல்லாம் தடுமாறி விடுகிறார்கள். அணைக்க தோளும் விழி நீர் அகற்ற விரல்களும் யாருடையவை என்பதும் எதற்காக என்பதும் முக்கியமாகின்றது. சிலர் மட்டுமே தம்மை ஆசீர்வதித்துக் கொள்கின்றனர். பலர் வீழ்வது படுகுழிகளில்.

ஷோபாவும் சில்க் ஸ்மிதாவும் இல்லாத உலகம் தான் இந்த நரகம். நடிகைகள் என்றெல்லாம் சின்னஞ்சிறு வரையறைக்குள் அடக்கி விட முடியாத தேவதைகள். சில்க் பரிபூரணி. ஒரு உடலை இதற்கு மேல் செதுக்க ஏதுமில்லை என்றுணர்ந்து உளி தவறி விழுகையில் நேர்ந்த அழகி. பாதியில் முடித்து வைக்கப்பட்ட கவிதை. யாரோ ஒரு தாடிக்காரர் சில்க் உடைய காதலர் என்று அப்போதைய பத்திரிக்கை செய்திகளில் படித்த நினைவு. இன்றைக்கு வரை நான் தாடி வளர்த்ததில்லை. தாடி வைத்த அனைவரையும் தண்டித்துவிடும் அளவுக்கு சில்க் ஸ்மிதாவை நான் ஆதர்சித்து இருக்கிறேன். என் காதலிகளின் பெருந்தலைவி ஸ்மிதா.

**இன்றைய கவிதை(கள்)**

சார்தல்:
எனக்கு
வேண்டியதனைத்தையும்
நானே
ஒழுங்குபடுத்திக் கொள்கிறேன்
இந்த மாத்திரைகளை மட்டும்
யாராவது எடுத்துத் தரவேண்டும்.

கடைசியாக
ஒரு அன்பில்
கடைசியாக மிஞ்சுகிறது
ஒரு அன்பின் சின்னம்
மட்டும்

இனி
யாரையும்
விரும்பவில்லை
இனி யாரோடும்
இருக்கலாம்

இந்த மூன்று கவிதைகளையும் எழுதியவர் மனுஷ்யபுத்திரன்.. பெரிய்ய நெடிய்ய கவிதாகாலட்சேபங்களை விடவும்,. இந்த புத்திரனைத் தான் எனக்கு மிகவும் பிடிக்கும். நீள் கவிதைகளில் எனக்கு ரொம்பப் பிடித்தது மனுஷ்யபுத்திரனின் பசித்த பொழுது **நூல் வெளியீட்டு விழா அரங்கில் நான் வாசித்த "இயேசுவைக்** கொல்லும் வழி''

கடந்த இரண்டு நாட்களாக கந்தர்வன் கதைகள் என்ற கனத்ததொரு தொகுப்பின் பக்கங்களுக்குள் புரண்டு கொண்டிருக்கிறேன். நேரடியான சிக்கலற்ற சிறுகதைகள் கந்தர்வனுடையது. அதில் அவர் வாசிக்கிறவனின் போக்கிலேயே கதையை செலுத்திக் கொண்டுபோய் அவனது முன் யூகங்களில் ஒன்றாகவே கதையை முடித்தும் வைக்கிறார். ஆனால் இத்தனை சாதாரணங்களை அசாதாரணமாக ஆக்குவது கந்தர்வ னின் சின்னதொரு மாயச்செயல். அது,சின்னதொரு முடிச்சை மறை பொருளாக்கி கதையின் முடிவில் செருகி வைப்பது. சுஜாதா சில கதைகளில் இதே பாணியை கையாண்டிருக்கிறார். அவர் பட்டியலில் அந்தக் கதைகள் தனித்துத் தெரிபவை. கந்தர்வனின் தினமும் ஒரு பாண்டியன் எக்ஸ்பிரஸ் ,பூவுக்குக் கீழே, இரண்டும் நான் ரசித்த சிறுகதைகளில் இரண்டு.இன்னும் பல உண்டு.

மிஜோரம் இருக்கிறதே... அதன் பேர்க்காரணம் அறிந்த போது வியந்தேன். கூட இருந்த பாம்புக்குட்டியும் ஆச்சர்யப்பட்டான். மி= மக்கள் ஜோ = மலை ராம் = நாடு. மலை மக்களின் நாடு என்ற அழகான அர்த்தம்.1987 ஆமாண்டு இந்தியாவின் 23ஆம் மாநிலமான மிஜோரம் அதன் அழகுக்காவாவது ஒருமுறை சென்றுவர எண்ணிய ஸ்தலம்.

மஞ்சுநாத் கன்னடக் கவிஞர். கறுத்த மேகங்கள்// கலைந்து சென்ற பின் // குடைக்கம்பிகளைப் //பற்றுவதற்கு ஆளில்லை// மேலும் //.அவள் புடவைக்குள் //சுருண்டுகிடந்த குழந்தை// ஒரு பந்து போலத் துள்ளுகிறது//... என்றெல்லாம் மழை பொழிகிற கணத்தை "தெருவில்" என்ற தன் கவிதையில் விவரிக்கிறார். இன்னும் நிறையத் தோண்டிப்பார்க்க ஆசை.

33

# நாடோடியின் ஜோல்னாப் பை

ரோஸ் கலர் ரேங்க் கார்டில் “a” என்றால் பரீட்சை எழுதவில்லை என்றர்த்தம். சிவப்பு மைப்பேனாவில் 35க்கு கீழே எழுதப்படும் எண்கள் தேறாமையையும் ‘*’ என்ற ஒன்று பரிமளிப்பையும் குறிக்கும். நேற்றைய அடர் கனவில் அதே செயிண்ட்மேரீஸ் பள்ளியில் என் பால்யனைப் பிரம்பாலடித்துவிட்டு என்னுடன் படித்த வெங்கடேஷ் முதல் ரேங்க் மற்றும் சர்வதத்தன் இரண்டாவது ரேங்க் என்று அறிவித்தார் அருட்தந்தை ஜோசப்ராஜ்,

அவரிடம் இதழ்களின் ஓரத்தில் துருத்திய வேம்பயர் பற்களிலிருந்து குருதி வழிய என் முகப்புத்தகக் கணக்கை எழுதி நீட்டிக் கொண்டிருந்தேன். உறைந்து விட்ட சித்திரமாய் தேங்கிப்போனது கனவு. என்னுடன் படித்த அந்த முதல் இரண்டாவது ரேங்க்கர்களை மீண்டும் சந்திக்க ஆசைப்படுகிறேன். வேறு யாரையும் கூட.சொல்வதற்கும் கேட்பதற்கும் ஏகத்துக்கும் சேதிகள் இருக்கின்றன.

செல்பேசி கீழே விழுந்ததில் அதன் மூஞ்சி சிதறிவிட்டது. இப்போது அதற்கு வாயும் காதும் தான் வேலைசெய்கிறது. அழைப்பது யாரெனத் தெரியாமல் ஒவ்வொரு அழைப்பையும் பேசுகிற சுகானுபவம் முதல் காதல் கடிதத்துக்கு ஒப்பானது. பாரதி கண்டுணர்ந்த படி வாழ்தல் இனிது. இயந்திரங்களை சார்ந்து வாழத்துவங்கி

விட்ட மனிதனின் வாழ்வில் இதற்கு முந்தைய காலத்திற்கும் இதற்குமான வித்யாசங்கள் பெருகி விட்டன.

ஒரு நாடோடியின் ஜோல்னாப் பையில் முப்பது வருடங்களுக்கு முன்பிருந்த அதே பொருட்கள் தான் இன்றைக்கு இருக்குமா என்று யோசித்தால் ஏடிஎம் அட்டை,செல்பேசி,ரத்த அழுத்தம் சர்க்கரை இவற்றை கண்டறியும் கைமானி அக்யூசெக்,ஐபாட்,மினி லேப்டாப் அல்லது டேப்ளட்பிசி,மற்றும் இவற்றின் இணை துணைக் கருவிகள் கலந்துகட்டியாக இருக்கக் கூடும். எனக்குத் தெரிந்த வரைக்கும் அஇஎ காலத்திலும் பெண்களின் மனசு மற்றும் அவர்களின் கைப்பை இவற்றுக்குள் இருப்பவற்றை அறுதியிடுதல் சாத்தியமே இல்லை என்று நினைக்கிறேன்.

போனவாரம் என் தோழி ஒருத்தியின் கைப்பையில் இருந்த ஒரு வஸ்து என்னை மிகவும் வசீகரித்தது. அவள் கல்லூரியில் உடன்படிக்கிற மாணவி இவளுக்கு அன்புப் பரிசாய்த் தந்ததாம். எடுத்து ஆசையோடு ஒருமுறை உற்று நோக்கிவிட்டு "அளகா இருக்கில்லே..?" என்றபடி அதற்கு இரண்டுமுறை முத்தங்களைப் பதித்துவிட்டு மீண்டும் தன் கைப்பைக்குள் பத்திரம் செய்துகொண்டாள்.

அது ஒரு பிளாஸ்டிக் பல்லி.நிசப்பல்லிக்கும் இதற்கும் உயிர் மட்டும் தான் வித்யாசம்.யாரையும் பகைக்காது ஊரோடு ஒத்துவாழ்கிற சமீபத்திய முடிவால் என் சகல உணர்ச்சிகளையும் அடக்கிக் கொண்டு புன்னகைத்தேன்.திருப்தியுற்றவளாக "சோ க்யூட் இல்லை..?" என்றாள். மனிதனுக்கும் நிசப்பல்லிக்கும் தந்தால் தான் க்யூட்... இது அராஜகம் என்று அவளிடம் சொல்லவில்லை.

கிம் கி டுக் இயக்கிய **BAD Dream** என்ற படத்தை நான் பார்த்ததில் இருந்து அவர் மீது பைத்தியப்ரியம் தோன்றிற்று. ஜோ ஓடோகிரி என்ற நடிகர் நடித்தது.இந்தப் படத்தைப் பார்த்தவர்கள் முரணான பல புரிதல்களில் இருப்பது ஸ்வாரசியம். உளவியல் நிலங்களில் வினாக்களை மட்டும் அல்லாது மௌனங்களை எழுப்புகிற அற்புதமான இயக்குநர் கிடுக். எல்லோருக்கும் பிடித்தது அவரின் **SPRING FALL SUMMER WINTER AND SPRING** எனும் படம்தான். ஆனால் எனக்கு அதைவிடவும் மற்றெல்லாவற்றையும் விடவும் அவரது **BIRDGAGE INN** பிடிக்கிறது.

## இன்றைய கவிதை

### இப்போது

காலத்தின் இடையே நான்
உருவத்தின் மேல் ஒரு தற்செயல்
சொல்லுக்கிடையே ஓர் அரூபம்
மழைத் துளிக்கு இடையே ஒரு கல்த்துளி.

தேவேந்திர பூபதி
(முடிவற்ற நண்பகல் தொகுப்பின் ஒரு கவியிடை வரிகளில்)

சவுகரியத்தில் அன்னியமாய்த் தன்னை உணர்ந்துகொள்கிற கவிமனம் தேவேந்திரபூபதியினுடையது. வார்த்தைகளுக்காக மெனக்கெடாத கவிஞரும் கூட.இவரது அந்தரமீன் மறுக்க முடியாத பல கவிதைகளைத் தனக்குள் கொண்டது. மேற்சொன்ன கவிதையின் "உருவத்தின் மேல் ஒரு தற்செயல்" வாசிக்கிறவனை சதா தொந்தரவு செய்துகொண்டே இருக்கக் கூடிய மாயப்புனைவு.என்னைப் படுத்தி எடுத்தது.

பொதுவாகவே பழைய புத்தக நிலையங்கள் தான் என்னைப் போன்ற மெலிந்த பர்ஸ்நாலிட்டிக்களுக்கு லாயக்கு. எதையோ தேடுகையில் வேறெதுவோ நெருடும். கிடைத்த புத்தகராதைகளுக்கெல்லாம் வாசககிருஷ்ணனாக மாறுவது நான் விரும்பிச்செய்யும் விஷயம். புதுப்புத்தகங்கள் கைத்திருப்தி அளிக்காத தினங்களில் அத்தகைய நிலையங்களுக்கு செல்வேன். இன்றைக்கு ஆரிய மாயையா திராவிடமாயையா விடுதலைப்போரும் திராவிட இயக்கமும் என்ற பி.ராமமூர்த்தி எழுதிய நூலைக் கைப்பற்றினேன். எனக்கின்பம். புதுப் புத்தகமென்றால் இதை வாங்குங்கள் என்று சிபாரிசு செய்யலாம். இது இப்போது அச்சில் இருக்கிறதா என்று தெரியாததால், ஆர்வதாகர்களின் வயிற்றெரிச்சலைக் கிளப்புவதில் இன்புறுகிறேன். இப்படித்தான் சமீபத்தில் மாயகாவ்ஸ்கியின் கவிதையியல் குறித்த ஐம்பதாண்டு பழைய நூலின் பிரதியொன்று கிடைத்தது. யார் இரவல் கேட்டாலும் நான் நாட் ரீச்சபிள் ஆவதாக உத்தேசம்.

34

# ஆகச் சிறந்த ஒரு வார்த்தை

ஒற்றை வார்த்தை படாத பாடு படுத்துகிறது. எதையாவது யோசிக்கையில் நினைவுள் சம்மணமிட்டு அமர்கிறது. அதற்கேயுரிய பிடிவாதத்தோடு அடம் பிடிக்கிறது. லேசாய் உதட்டோரத்தில் புன்னகை ததும்புவதை உணர் கையில் காணாமற் போய்விடுகிறது. அந்த வார்த்தையை ஒரு தலைப்பாகவோ அல்லது இடைவார்த்தையாகவோ வைத்துக்கொண்டு ஒரு சின்னக் கவிதை எழுத எத்தனிக்கும் போது வீர்யமாக வந்து மனசின் ஏதோ ஒரு சுவற்றை பந்துபோல் அடித்துச்செல்லுகிறது.. பாரதி நினைவில் இடறுகிறான். வைரமுத்துவும் மேத்தாவும் மனசின் சில கலன்களை நிரப்புகிறார்கள். சுஜாதா வந்து “என் வஸந்த் இல்லையா உன் பட்டியலில்” என்கிறார். இளையராஜா வந்து “மடை திறந்து..தாவும் நதியலை நான்” என்ற பாடலை பெல்பாட்டம் பேண்டும் பெரிய கட்டங்களுடனான சட்டையும் டக்கின் செய்து அணிந்து பெரிய்ய கிட்டாரைத் தூக்கமாட்டாமல் தூக்கியபடி சிரிக்கிறார்.

“இதென்னடா இது உறக்கத்தின் நடுவே கனவில் தோன்ற வேண்டியதிது இப்படி மட்ட மல்லாக்க வெறித்துக்கொண்டு கிடக்கும் மத்தியான நிஜமாய்த் தொந்தரவு செய்கிறது..?” என்று யோசித்துக்கொண்டே யாருக்காவது ஃபோன் செய்து வம்பிற்கு இழுக்கலாம் என்ற

ஆவலில் யாருக்கு முயற்சித்தாலும் லைன் எங்கேஜ்ட் ஆக வருகிறது. ஆகச்சிறந்த ஒரு வார்த்தை தனக்குண்டான தூசகங்களைச் சேகரம் செய்தபடித் தான் உருவாகுமோ என்றெண்ணுகையில் தடை பட்ட மின்சாரம் பாய்ந்ததில் உயிர் பெற்ற டிவி நாடக பேரிளம் மாது யாரிடமோ சொல்லிக் கொண்டிருக்கிறாள். ''அவனை விட்டுவைக்கிறது ஆபத்து" என்று. என்னைத் தான் சொல்கிறாளோ என்ற பயத்தில் அந்த வார்த்தைக்கிறக்கத்தை தொலைக்க நேரிட்டது.(இந்தப் பதிவின் இறுதியில் அந்த வார்த்தை அறிவிக்கப்படும்)

ஜெயமோகனின் டார்த்தீனியம் சிறுகதை சின்னூண்டு கணையாழியில் படித்துவிட்டு மண்டைக்குள் ரயில் ஓடத் துவங்கிய அந்த நாள் இன்னமும் மனதுக்குள் வந்து போகிறது.என் பால்யம் எண்ணிலடங்கா முரண் புத்தகங்களால் நிரம்பி வழிந்தது. முதன் முதலில் சுஜாதாவின் மேகத்தைத் துரத்தினவன் நாவல் கைக்குக் கிடைக்கையில் ஒன்பதாவது வகுப்புப் படித்துக்கொண்டிருந்தேன். அதற்கு முன்பு சரித்திரக் கதைகளும் க்ரைம் நாவல்கள் எனப்படுகிற துப்பறிகிற நாவல் வகையறாக்களில் பட்டுக்கோட்டை பிரபாகரும் ராஜேஷ் குமாருமே நிரம்பிக் கிடந்த என் தலைக்குள் தன் முதல் நாவலிலேயே விசுவரூபனாய் தன்னைப் பதிந்து கொண்டார் சுஜாதா. அதில் வருகிற அப்பாவி நாயகன் அன்பழகன் என்னும் "கன்" அவனுக்கு உதவுகிற மாணிக்கமும் ரத்னாவும் சித்தப்பாவும் சித்தியும் என் மனதில் பதிந்த மாணிக்கங்கள். இதனைப் பதிவதற்கான காரணம் வேறு.

மேகத்தைத் துரத்தினவன் நாவலின் இடைச்சம்பவங்கள் எத்தனை திரைப்படங்களில் எடுத்தாளப்பட்டிருக்கின்றன என்று யோசிக்கலாம். சமீபத்திய லண்டன் படம் வரைக்கும் கைக்கொள்ளாத தடங்களை சொல்ல முடியும்.முக்கியமான உதாரணம் சிகப்பு ரோஜாக்கள் கமல் கேரக்டர்.அதன் வடிவமைப்பில் மேகத்தை துரத்தினவன் இருப்பது சத்தியம்.

இயக்குநர்களைக் குறை சொல்வதல்ல என் நோக்கம்.இது ஒப்பிடல் நோக்கல் மட்டுமே. இன்னமும் சொல்லப் போனால் கற்றது தமிழ் ராமின் அழுத்தம் திருத்தமான படைப்பு. அது மறுப்பதற்கில்லை. ஆனால் அதில் வருகிற நாயகன் படைப்பு படித்த டிகிரீ தமிழுக்கான இடத்தை தவிர்த்து முன் நோக்கினால் சுஜாதாவின் நிர்வாணநகரம் நாவலின் நாயகன்

சிவராஜ் என்பதை என்னால் பக்கம் பக்கமாக எழுதி நிறுவ முடியும்.

கதாகாலட்சேபம் செய்கிறார் ஒருவர், டீவீயில் அந்த சப்தத்தை முழுக்க நிராகரித்து விட்டு ஒய் திஸ் கொலவெறி பாடலை செல்ஃபோனில் ஒலிக்கவிட்டு ஆடிக்கொண்டிருக்கிறாள் என் மகள். திகிலோடு பார்த்துக் கொண்டிருந்தேன். நான் கவனிப்பது தெரிந்தால் ஆட்டத்தை நிறுத்திவிடுவாள் என்பது முதல் அச்சம். இன்னொரு அச்சம் அவள் ஆடுவதை ஒருவேளை அந்த டீவீ பாகவதர் பார்த்தாரேயானால்... ஷத்தியமாக ஷ்ருண்டு விழுந்து ஷெத்தே போவார்.. என் அம்மா காஃபி கொணர்ந்தவர் என் கையில் தந்து விட்டு இயல்பாக “பாப்பா,கரண்ட் வந்துடிச்சி.. டீவீ பாக்கணும்னா பாரு”என்று சொல்கையில் தான் இந்த வெவ்வேறு செய்கைகளுக்கிடையில் எந்த விஷமசிந்தனையும் இல்லை என்பதை உணர்ந்து நிம்மதியானேன். மின் வெட்டு எப்படியெல்லாம் படுத்துகிறது.

இந்தப் பதிவின் இறுதிக்கட்டத்துக்கு வந்தாயிற்று,. வாக்களித்தபடி என்னை இரண்டு நாளாய்ப் படுத்தி எடுத்த அந்த வார்த்தையை, பாரதி முதல் வஸந்த் வரை பலரை நினைவுறுத்திய அந்த வார்த்தை

“செல்லக்கிறுக்கன்”

35

# வெற்று பொம்மைகள்

ஆரண்யம் என்றொரு பத்திரிக்கை. சில இதழ்கள் மட்டுமே வந்தது.. அதன் வசீகரத்தில் ஈர்க்கப்பட்டு நான் சந்தா கட்டிய ஒரே இதழ் ஆரண்யம் தான். ஆரண்யம் இதழினைக் குறிப்பிடுவதற்கு ஒரு காரணம் இருக்கிறது. அவ்வளவு நேர்த்தியான அதன் வடிவமைப்பு. ஆரண்யத்தில் தான் சாரு நிவேதிதா பாம்புக்கதைகள் எழுதிப் புண்ணியங்கட்டியது. அதன் பின்னட்டையில் அவர்களுடைய அச்சுக் கூடத்தின் விளம்பரம் வெளியாகி இருக்கும் .அதன் வாசகம் EITHER WE DO... என்று இருக்கும். என்னைப் பல நாட்கள் தொந்தரவு செய்த வாசகங்களில் ஒன்று. ஆரண்யத்தை நினைக் கையில் எல்லாம் எனக்குள் புரண்டு படுக்கும் அந்த ஒற்றைவாக்கியத்துக்கு நான் ரசிகன்.

வாத்திய இசை என்பது ஒன்றுவிட்ட மிருகம். ஆரம்ப இசை ரசனையானது வாத்தியங் களுடனான குரலும் மொழியும் உள்ளுறைந்த கதையும் காட்சியும் என பன்முகங்களில் எல்லோருக்குள்ளும் பூக்கிறது வழக்கம். பாடலிசை பிடிக்கிற எல்லோருக்கும் கர்னாடக சங்கீதம் பிடித்து விடுவதில்லை. இசை என்ற ஒற்றை உலகத்துக்குள் எல்லோருமே தனக்கான தனியறைகளை கட்டிக்கொள்கிறார்கள். இதில் எது சிறந்த இசை என்ற வாதம் வேறு. ஆனால் இவற்றுக்கெல்லாம் தனித்து எக்ஸ்டென்ஷன்

ஏரியாவின் பக்கத்து வீடு மாதிரி தொலை.......வில் ஒரு ஒற்றை வீடு தான் வாத்திய இசை.

மொஸார்ட் ஒரு மாய வித்தைக்காரன். பீத்தோவன் ஒரு சேதிசொல்லி. பாஹ் ஒரு கோமாளி... முக்கியமாக மூன் லைட் சொனாட்டாவில் பீத்தோவன் கேட்கும் திறனை இழந்த பின் இந்த உலகத்தின் மீது சொரிந்த பூமழை என்றே சொல்லலாம். அதன் நடுமையில் ஒலிக்கிற இசைக்குறிப்பை முன் ஜென்ம ஞாபகங்கள் இருக்கிறவர்கள் மட்டும் 15 வருடத்துக்கு முன் அடிக்கடி டீவீயில் பார்த்த டைட்டன் வாட்ச் விளம்பரத்தில் கேட்டிருக்கலாம். அல்லது ஆர்ச்சீஸ் வந்த புதிதில் சிலபல பரிசுப்பொருட்களில்,மேலும் ம்யூசிக்கல் வாழ்த்து அட்டைகளில் அல்லாது போனால் சில கொலைகாரர்கள் தத்தமது கார்களில் ரிவர்ஸ் கியர்க்கான சப்தமாக வைத்திருப்பதைக் கேட்கலாம்.

இசை என்பது இங்கேயெல்லாம் ஒலிப்பதற்கானதல்ல என்ற கருத்து ஏன் இவர்களுக்கெல்லாம் இல்லை எனப் புரிந்து கொள்வதற்குள் காரைக் கிளப்பிக் கொண்டு சென்று விடுகிறார்கள். சரி தொலையட்டும் என்று எதிர்த்திசையில் நடப்பதை தவிர சாமான்யனால் என்ன செய்ய முடியும்..?இப்படி ஆயிரத்தில் ஒருவன் ஒரு பத்தி எழுதலாம். நமது இளையராஜா தனது இந்தியா நத்திங் பட் விண்ட் மற்றும் ஹவ் டு நேம் இட் என்ற இரண்டோடு நிறுத்திக் கொண்டார். இப்போது கூட தனது ராஜமனதை வைத்து இன்னுமொரு ஆல்பம் கொணரலாம். நாட்டில் குற்றங்கள் குறையும்.

பீ.வீ.ராமகிருஷ்ணன். அவரது அ முதல் ப வரை என்றொரு கதை, பழைய்ய மாலைமதி இதழில் 1978 வாக்கில் வந்த தென்று நினைக்கிறேன். கிடைத்தால் படித்துப் பாருங்கள். அ முதல் ப வரையிலான முதலெழுத்துக்களில் பெயர் துவங்கும் 13 பெண்கள் கடத்தப் படுவார்கள். யாரால் ஏன் எதற்கு என்பதை துளி வன்முறை துளி ரத்தம் இல்லாமல் சுவையாக கற்பனை செய்து இருப்பார். தீவிர இலக்கியர்களுக்காக இல்லை இப்பரிந்துரை. ஜஸ்ட் ஃபார் ரீடிங்க்... சும்மா படிப்பதற்கு... சில முக்ய காரணங்களில் ஒன்று. இன்றைக்கு மாய்ந்து மாய்ந்து ரமணி சந்திரனைப் படித்துக் கொண்டிருக்கும் தோழியர் பெருமக்கள் பீவீ ஆர் கதை ஒன்றைப் படித்தால் போதும். கட்சி தன்னிச்சையாகக் கலையும். குடும்பக் கதைகளை விவரித்துக் கொண்டு போவதில் கொஞ்சமும் சோர்வு தட்டாத எழுத்து அவருடையது.

மற்றமை என்றொரு சிற்றிதழ்.. **Applied Psychoanalysis** பயன்பாட்டு மன அலசல் பற்றியது.விலை ரூ80. மிகக் காத்திரமான உளவியல் சார்ந்த ஆக்கங்களைத் தன்னகத்தே கொண்டிருக்கும் இதழ். தத்துவம், மனவியல், சித்தாந்தங்களில் ஆர்வமிருப்பவர்கள் வாங்கிப் பாதுகாக்கவேண்டிய இதழ். மற்றவர்களுக்கல்ல.

"எழுதுவதை விட எழுதாமை உயர்ந்தது. ஓசையைவிட ஒடுக்கம் உயர்ந்தது. மரத்தைவிட விதை உயர்ந்தது. வெளிப்படு வதை விட உட்படுவது உயர்ந்தது."

ந.பிச்சமூர்த்தி.பிரமை என்றொரு சிறுகதையிலொரு பகுதி.

## இன்றைய கவிதை

### நூலிழை

தாய்ப்பால்
தனிமனசு தரும்
வரும் ஸ்தனம்
பெரும்விசேஷம்
நல்ல பூமி
நல்லவித்து
ஒரு கவிஞன்
ஒரு ராட்ஷஸன்
தேவதைகளுக்கும் ராட்ஷசிகளுக்கும்
வித்யாசம் நூலிழைதானா

**விக்ரமாதித்யன்**

**கல் தூங்கும் நேரம் தொகுப்பில் இருந்து.**

எத்தனை எத்தனை மனநிலைகளை தினமும் சந்திக்க வேண்டியதாயிருக்கிறது? மனசென்ற ஒன்று மட்டும் இல்லாவிட்டால் மனிதர்கள் வெற்று பொம்மைகள் தான். வந்ததும் போவதும் தவிர வேறென்ன வாழ்தல் இருந்துவிடப் போகிறது.? மனசு என்ற சொல் வந்தாலே பின்னால் காதல் என்ற ஒன்றும் வந்துவிடுகிறது போலும். காதல் என்பதற்கான பொருள் கடந்த இருபதாண்டுகளுக்கு முன்பிருந்ததற்கும்

இன்றைக்கும் என்னவாக மாறி இருக்கிறது அல்லது முன் நகர்ந்திருக்கிறது என்று அறிந்து கொள்வதற்கு ஆசையாக இருக்கிறது. திரைப்படங்களைப் பொறுத்தவரை நுட்பமும் அறிவும் வளர்ந்த வரை பாடலின் ஒளிபதிவு நடனம் இன்ன பிற மாறி இருக்கலாம்.ஆனால் இன்னமும் ஒரு பெண்ணை அவள் கண்டிப்பாக தேவதை தான். குறைந்த பட்சம் தேவகன்னிகையாய் இருப்பவளைப் பார்த்ததும் நாயகன் தன் மூஞ்சியை ஆயிரக்கணக்கான கோனஷ்டைகளை உண்டு பண்ணிக்கொண்டு ஆடிய படியே தனிமையில் ஸ்லோமோஷனில் பாடிவருவது காதலாம். யாராவது புண்யவான் இப்படிப்படமெடுப்பவர்களது வாகனங்களில் தொடர்ந்து காற்றிறக்கி விடலாம்.புண்ணியமாய் இருக்கும்.

இல்லையா ஒரு கிராமமும் அல்லாத நகரமும் அல்லாத புலத்தில் ஒரு நாயகி உற்சாகமாக தனியான தன் அறிமுகப் பாடலில் அந்த ஊர் முழுக்க சுற்றித் திரிவாள். வேலை பார்த்துக் கொண்டிருக்கிற அனைவரின் வேலையையும் கெடுத்துக் குட்டிச்சுவராக மாற்றிக்கொண்டே செல்வாள். அவளை மாவட்ட ஆட்சியாளர் பார்த்தார் எனில் குண்டாசில் உள்ளே தள்ளுவார். அதை தள்ளி இருந்துபார்க்கிற நாயக தீவட்டிக்கு மட்டும் அவளை ரொம்பப் பிடித்துப் போகும்.. ஹய்யோ... சினிமா இதில்லை என்று யார் தான் மாற்றுவது..? என்று அங்கலாய்க்கிற என்னைப் போன்ற அற்பர்களுக்கு

36

# மாயச் சுவர்

மதுரையை மீட்ட சுந்தரபாண்டியன் என்ற படத்தை நண்பர் அ’னா ஆ’வன்னா வோடு மதுரை செண்டிரல் தியேட்டரில் பார்த்தது சுகானுபவம். இடைவேளையில் காஃபியும் கிரேப் ஜூசும் தலா 3 ரூபாய்க்குக் கிடைத்தன. பாக்கெட்டில் வாங்கி ஊற்றிக்கொள்ளலாம் என்ற ஆசையை எறும்பு மொய்க்கும் என்ற பயத்தால் அடக்கிக் கொண்டேன். எம்.ஜீ.ஆர் என்ற நடிகர் இன்னும் சாகவில்லை என்று தெரிந்தது. இத்தனை விசில் சப்தம் இன்றைக்கு நடித்துக் கொண்டிருக்கிற சிலபலருக்கு செலவு செய்தாலும் கிட்டாக்கனி. இதயக்கனிக்கு மட்டும் தருவதற்கென்றே இன்னும் தமிழ் நிலத்தில் அன்பு மிச்சமிருக்கிறது.

இரண்டு சிறுகதைகள் பற்றி:. ஒன்றின் பேர் “பீ“. அன்றாட இயற்கை உபாதை என்ற அளவில் மக்களில் பெருமளவிலோர் நினைக்க விரும்பாத செயல், சொல்கையிலேயே அருவெறுத்துக் கொள்ளும் சொல்லாடல்களில் ஒன்று “மலம்”. ஆனால் மனித மலத்தை மனிதன் அள்ளுக் கொடுமை இன்னும் நின்றுபோகவில்லை. எது எதையோ இயந்திரத்துக்குத் தின்னக் கொடுக்கும் அறிவியல் மனிதன் இன்னமும் சாவகாசமாயிருப்பது அபத்தம். மலம் அள்ளுவது என்பது தொழிலல்ல. அதனுள் மறைந்து கிடக்கிற சாதீயம் கண்டனத்துக்கு

மட்டுமல்ல. தண்டனைக்கும் உரியது, மேட்டில் இருப்பவர்களின் குரலும் அதனுள் ஒலிக்கிற வதங்கலுமே இலக்கியம் என்றிருந்த மாயச்சுவரைத் தகர்த்தெறிகிற படைப்பாளிகளில் ஒருவராக பெருமாள் முருகன் இருக்கிறார். எதையும் சமரசம் செய்துகொள்ளாமல் ஓங்கி அடிப்பதையும் உரக்கக் குரலெழுப்புவதையுமே தன் குறைந்த பட்சமாகத் தீர்மானித்துக் கொண்டு இயங்குகிற பெருமாள் முருகனின் "பீக்கதைகள்" 2004இல் வெளியானது. அதன் தலைப்பு துவங்கி உள்ளே இடம்பெற்றிருக்கிற 14 கதைகளுமே முக்கியமானவை. அவற்றின் பொது பேசுபொருள் மலமும் மலம் சார்ந்தவையும். நாம் வாழ்கிற உலகத்தை நாம் பிறருக்கு என்னமாதியானதாக மாற்றிக் கொடுக்கிறோம் என்ற சிந்தனை இதுவரை இருந்தாலும் இல்லாவிட்டாலும் இந்தத் தொகுப்பு அனைவரும் படித்தே ஆகவேண்டியது என்று கருதுகிறேன். அடையாளம் பதிப்பக வெளியீடு.

"பீ" என்ற அந்தக் கதைக்கு யாரும் விருது தரத் தேவையில்லை, அழிக்க முடியாத எதுவும் இலக்கியமே. வலியை அல்ல.ரணத்தை பெயர்க்கிறார் பெருமாள் முருகன். மலத் தொட்டியில் ஏற்பட்ட உடைப்பில் இருந்து வீட்டின் பிற்புறத்தில் வெளியேறிக் கிடக்கிற கழிவை அகற்ற வருகிற ஒருவனிடம் அந்த வீட்டில் வசிக்கிற மனிதர்கள் நடத்துகிற பேரமும் அதன்பின்னதான நிகழ்வுகளும் பெருமாள் முருகனின் விவரணைகளும் காட்சிப்படுத்தலும் அற்புதம்.

இரண்டாவது சிறுகதை "திரும்ப ஆடமுடியாத ஆட்டத்தின் விதிகள்" எழுதியவர் காலபைரவன். தொகுப்பு "பைசாசத்தின் எஞ்சிய சொற்கள்" வெளியீடு சந்தியா பதிப்பகம். ஒரு கதையை வாசிக்கிறவனது கைபிடித்து அழைத்துச் செல்கிற எழுத்து காலபைரவனுடையது.

சிக்கலற்ற மொழியில் வாசகனை பிரமிக்கச்செய்து விடுகின்றன அந்தக் கதையின் சூழலில் எல்லாப்புறமும் தெறிக்கும் உண்மைத்தன்மைகள். குழப்பமேதும் இன்றி தீர்ந்து போகிறான் வாசகன். ஒரு அனுபவமாக அவனுக்குள் கரைகிறது இக்கதை.. செய்தித்தாளில் சாதாரணமாகப் பார்க்கக் கூடிய பார்த்ததும் கடந்துவிடக் கூடிய ஒரு சம்பவம்தான் இந்தக் கதையின் அடிநுனி. அதைக் காலபைரவன் கையிலெடுத்து சிடுக்கேதுமின்றிப் படரவிடுகிறார். நல்லதொரு கதை..

பிரதாப் போத்தன் முன் நாயகர்களில் ஒரு நன் நாயகர். பிரதாப் என்றதும் நினைவுக்கு வரும் படம் மூடுபனி. ஆனால் அதை விட எனக்கு பிடித்தமான படம் வாத்தியாரின் கதையான கரையெல்லாம் ஷென்பகப்பூ படத்தின் கல்யாணராமனாக அவரும் சுமலதாவும் கதையை மறக்கச்செய்த படம்.அத்தனை நேர்த்தி படத்தில் இருந்ததா? என்பதல்ல விஷயம்.பிரதாப் உறுத்தவே இல்லை.

புதுமைப்பெண் படத்தில் ஒரு சின்ன முக்கியமான கேரக்டர் செய்திருப்பார். அவர் இயக்கி நடித்து தேசிய அளவு பேசிய மீண்டும் ஒரு காதல் கதையில் வருகிற "உலகமும் உருண்டை... லட்டுவும் உருண்டை..." சாருஹாசனின் அழியாப் புகழ் பெற்ற வசனம்.வெற்றிவிழாவும் ஜீவாவும் மைடியர் மார்த்தாண்டனும் பிரதாப் இயக்கியதில் முக்கியப்படங்கள்."பரந்தாமனுக்கு ஸ்தோத்ரம்"என்று ஜீவா படத்தில் சொல்லும் வில்லன் ஆறுமாதங்களுக்கு முன்னால் தான் என் கனவூரைக் காலிசெய்து கிளம்பினார். அடிக்கடி உச்சாவுக்கு முந்தைய நள்ளிரவுக் கனவில் வந்து பரந்தாமனுக்கு ஸ்தோத்ரம் என்பார்.. எனக்கு... (வேண்டாம்...)

கங்கை அமரன் ஒரு வித்யாச வெற்றிபதி. இசை அமைப்பாளராக ஒரு விடுகதை ஒரு தொடர்கதை,சட்டம்,வாழ்வே மாயம்,போன்ற வெற்றிப் படங்களுக்கான இசை அமைப்பாளர். அவரொரு பாடலாசிரியர். பாடகர். மேலும் கரகாட்டக் காரன் கோழிகூவுது உள்ளிட்ட எக்கச்சக்க வெற்றி டுமீல்களின் இயக்குநர். அவர் இயக்குவதாக அறிவிக்கப்பட்ட கமல் படம் ஒன்று நழுவி விழுந்தது. அதற்காகப் பதியப் பட்ட ஒரு பாடல் "ஆடிப்பட்டம் தேடிவெதைச்சு".. அதே கங்கையின் காவலன் (பாடிகார்ட் ரீமேக் அல்ல) படத்துக்கான (ராமராஜன் நடிக்கவிருந்த படம்) பாடல்கள் அத்தனையுமே நையாண்டிப் பாடல்கள். வாய்ப்பிருந்து வசதியுமிருந்தால் தேடுவோர்க்கு ஆடியோ கேசட் கிடைக்கக் கூடும்.

இதனை சொல்ல வந்தது இனி வருவதற்காக. இப்படிப் பல படங்களின் பாடல்கள் கேசட் வெளியாகி படம் வராமலே காற்றுக்குறைந்த மீன்களாக காலநீரில் மூழ்கி இறந்துவிடுவது அடிக்கடி நடக்கின்றது. அவற்றில் காலகாலத்துக்கும் மறக்கவியலாத சில வைரங்களையும் இழக்க நேரிடுகிறது.

**உறக்கத்தின் நடுவில்**

**தலையணைக்கடியில்**

**கொலுசொலி வருதே**

**அந்தத் துன்பம் இன்பமடி**

**அந்த இன்பம் துன்பமடி**

**உயிர் தேடும் உந்தன்மடி..**

இந்த வரிகளை நீங்கள் கேட்டிருக்கலாம். அந்தரவெளியில் சுற்றிச் சுழன்று கொண்டே இருக்கக் கூடிய இந்த வரிகள் லேடீஸ் அண்ட் ஜெண்டில்மேன் என்ற படத்திற்காக பரணி இசையில் உன்னிமேனன் பாடிய "வெண்ணிலவே வெண்ணிலவே வானத்தை விட்டுட்டு வா"என்ற பாடலின் இடைச்சரண வரிகள். மறக்க இயலாத பாடல்.

ஒவ்வொரு வரியும் அர்த்தமும் ஆழமும் மிக்கவை.இந்தக் கவிஞர் குறிப்பிட்ட காலம் மட்டுமே திரைஉலகத்தில் இயங்கினார்.சில பாடல்களை மட்டுமே எழுதினார். அவற்றில் பெரும்பாலானவை அற்புதமான பாடல்கள். இன்னுமொரு உதாரணம் கிழக்கும் மேற்கும் படத்துக்காக இளையராஜா இசையில் "உன்னோட உலகம் வேறு". அதன் பல்லவிக் கடைசி வரிகள்"கண்ணீர் உதிர்காலம்.. இது காதல்கலி காலம்".

மறக்க இயலாத பாடல்களைத் தந்துவிட்டு மரணமடைந்த அந்தக் கவிஞனின் பேர் "வாசன்.". இருந்திருக்க வேண்டியவர். இறந்திருக்கக் கூடாதவர்..

பொதுவாகவே சுஜாதா தொடர்ந்து தன் கதைகளில் நக்கல் அடித்து வந்த விஷயங்களில் ஒன்று "தொடர்கதைகளை பைண்டு பண்ணி வைப்பது." ஒரு எழுத்தாளராக பதிப்பாளருடைய நலனுக்காக அதை வலியுறுத்தியே வந்தார். இது போல அவர் வேறு என்னென்ன விஷயங்களைத் தொடர்ந்து பகடி செய்தார் என்று யாராவது சுஜாதாவின் அருளாசி பெற்றவர்கள் ஆராயலாம். அல்லாது போனால் அதையும் நானே செய்ய வேண்டி வரும்.

## இன்றைய கவிதை

கருகலிட்டு மினுங்கும் சூரியன் தார்க்கொப்பளத்தில்
கால்பாவவொட்டாது கடும்வெயில் கொளுத்தும்
நிழல்பொசுங்கிய சுடுவெளியின் மரத்தடியில்
தாயின் மார்க்காம்பு ஞாபகத்தில்
விரல்சப்பித் துயிலாரும் குழந்தை நினைப்பில்
அனல்வாவும் பாய்லரில் தார்க்காய்ச்சிக் கொண்டிருப்பாள்
எங்கள் தாய்

**தந்துகி தொகுப்பின் ஒரு கவிதை**
**ஆதவன் தீட்சண்யா**

இந்தக் கவிதையின் விவரித்தலில் வேகமெடுக்கும் வாசிப்பு கடைசி வார்த்தையில் பல்கிப் பெருகுகிறது, பொசுங்கும் வெப்பமும் அதனினும் வல்லிய சூழலும் இந்தக் கவிதையை உயிர்ப்புள்ளதாக்குகின்றன..

## ஆத்மார்த்தியின் பிற நூல்கள்

### கவிதைகள்

தனிமையின் நீட்சியில் ஒரு நகரம் (உயிர் எழுத்து)
கனவின் உப நடிகன் (உயிர்மை)
நட்பாட்டம் (பரிதி)
108 காதல் கவிதைகள் (வதனம்)

### சிறுகதைகள்

சேராக் காதலில் சேரவந்தவன் (ஆழி)
ஆடாத நடனம் (பரிதி)

### கட்டுரைகள்

மனக்குகைச் சித்திரங்கள் (புதிய தலைமுறை)
பூர்வ நிலப் பறவை (உயிர்மை)